INSIGHT PUBLICA®

INSIGHT PUBLICA®

Nadakkavu, Kozhikode, Kerala, 673011
www.insightpublica.com
e-mail: insightpublica@gmail. com
Ormayil Nananju padanju
(Malayalam Poems)
Sankaran Korom
First Edition:May 2019

ISBN 978-93-89155-14-3

ഓർമ്മയിൽ നനഞ്ഞു പതഞ്ഞ്

ശങ്കരൻ കോറോം

INSIGHT PUBLICA ®

പയ്യന്നൂരിനടുത്ത് കോറോം ഗ്രാമത്തിൽ ജനനം. ആനുകാലികങ്ങളിൽ കവിതകൾ എഴുതുന്നു. *ഉഷസ്, കുഞ്ഞിക്കാറ്റേ കുളിർകാറ്റേ, കിളിയും കതിർ മണിയും, ചങ്ങാതിക്കിളി,* (ബാലകവിതകൾ) *ഒരു താക്കോലിന്റെ ആവശ്യം,* (മിനിക്കഥകൾ) *ഇത്തിരിയൊത്തിരി, ഓരോന്നും ഓരോന്ന്, റാന്തൽ, പെൻഡുലം,* (കവിതകൾ) എന്നിവയാണ് മറ്റ് കൃതികൾ. 1200 ൽ അധികം വരുന്ന മലയാള പത്ര മാസികകളുടെ ശേഖരമുണ്ട്. പയ്യന്നൂരിലെ ഒരു സ്വകാര്യ സ്ഥാപനത്തിൽ സെയിൽസ്മാനായി ജോലി ചെയ്യുന്നു. വിവാഹിതൻ. രണ്ട് കുട്ടികൾ.

വിലാസം: ചാലക്കോട് പി.ഒ., പയ്യന്നൂർ-670307, കണ്ണൂർ ജില്ല.
ഫോൺ: 9496314677

ശങ്കരൻ കോറോം

കവിത പിറക്കുന്ന നേരങ്ങൾ

കെ.പി. മോഹനൻ

ഞങ്ങൾ ഇടതുപക്ഷ സാംസ്കാരിക പ്രവർത്തകരുടെ പ്രിയപ്പെട്ട സഹപ്രവർത്തകനാണ് ശ്രീ. ശങ്കരൻ കോറോം. തന്റെ കവിത അദ്ദേഹം തുടങ്ങുന്നത് ' കവിത മറക്കാതെ അടുത്തിരുന്നു. ദുരിതം തുടരുക തന്നെയാണ്' എന്നാണ്. കവിത വിരിയുന്ന കാലങ്ങളൊക്കെ ദുരിത മയങ്ങളായി തീരുന്നതെന്തുകൊണ്ടെന്ന് ശങ്കരൻ ഉത്കണ്ഠപ്പെടുന്നു. മുല്ലകൾ വിരിയുമ്പോൾ ജീവിതം കഷായക്കടലുകളായി മാറുന്നു. മുളപൊട്ടുന്ന ഋതു നേരങ്ങളിൽ പൂമ്പാറ്റകൾ പിണങ്ങിപ്പോകുന്നു. നിലാവിൽ ആകാശം ഒന്നും പറയുകയോ പൂമണം പരത്തുകയോ ചെയ്യുന്നില്ല. പ്രഭാതങ്ങളിൽ മഞ്ഞുനിറഞ്ഞ ചിരികളില്ല, കിളിയുടെ കിന്നാരങ്ങളില്ല-കവിതകളെക്കുറിച്ചുള്ള കാല്പനിക ചിന്തകളൊക്കെ പിണങ്ങി നിൽക്കുമ്പോഴും കവിത ദുരിത മഴകൾ പെയ്ത് തന്നോടൊപ്പം സഞ്ചരിക്കുന്നു. ഇത് വല്ലാത്ത ഒരു വിപര്യയമാണ്. കവിതയുമായുള്ള സ്വകാര്യ സംഭാഷണങ്ങളിൽ കലികാല കഥകളൊന്നും പറയരുതെന്ന് കവി ആഗ്രഹിക്കുന്നു. പക്ഷേ കലികാലത്തിന്റെ കഥകളെ പുറം മോടികളാൽ എങ്ങിനെ അലങ്കരിച്ചു വെയ്ക്കും? ശങ്കരന്റെ ഈ സമാഹാരത്തിലെ കവിതകളിലെല്ലാം നിറയുന്ന ഉദ്വിഗ്നത ഒരു പക്ഷെ ഇതായിരിക്കുമെന്ന് എനിക്കുതോന്നുന്നു.

“പനിനീർപ്പൂവേ ഇന്നു നിന്നെ ഞാൻ വെറുക്കുന്നു.
നിന്റെ മൂന നീട്ടിയ മുള്ളിൻ കള്ളിയിന്നറിഞ്ഞു ഞാൻ”

എന്ന വൈലോപ്പിള്ളിയെപ്പോലെ പറയാനുള്ള ഒരു ആന്റി റൊമാന്റിക് തന്റേടം എങ്ങിനെയോ ശങ്കരൻ സമാർജ്ജിച്ചു കഴിഞ്ഞിട്ടുണ്ട്. സുസ്ഥിതിയുടെ മറുപുറം തപ്പുന്ന ഈ വിപരീത ബുദ്ധിയുടെ തെളിച്ചമാണ് ഈ സമാഹാരത്തിലെ മിക്ക കവിതകളിലും തെളിയുന്നത്. ഇതിലെന്തിത്ര പറയാനിരിക്കുന്നു. ഇന്ന് മിക്കവാറും എല്ലാ കവികളും ഈ രീതിയിൽ ഒരു കറുത്ത ലോകത്തെയും അതിൽ ജീവിക്കുന്ന തന്നെക്കുറിച്ചും ഒരു കയ്പൻ പരിഹാസത്തോടെയും മാത്രമല്ലേ സംസാരിക്കുന്നത് എന്നു വേണമെങ്കിൽ ചോദിക്കാം. ഒരു വസ്തു അതായിരിക്കെത്തന്നെ അതുമാത്രമല്ലെന്ന് ആവർത്തിച്ചു പറയുന്ന ഒരു സവിശേഷ ശൈലി ശങ്കരൻ കൈവശപ്പെടുത്തിയിട്ടുണ്ട്. ഇത് വസ്തുതകളെ വിഭിന്നമായി കാണാൻ അദ്ദേഹത്തെ പ്രേരിപ്പിക്കുന്നു. “എല്ലാം ശരിയാണ്. പക്ഷെ അതെനിക്കിഷ്ടമല്ല” എന്ന് യോജിക്കാനും ഒപ്പം വിനയപൂർവ്വം വിയോജിക്കാനും ശങ്കരൻ പഠിച്ചുകഴിഞ്ഞിരിക്കുന്നു.

“മഴയെപ്പറ്റി നിങ്ങൾ പറഞ്ഞതത്രയും
കവികൾ പാടിയതത്രയും ശരിയാണ്
ഭൂമിയുടെ രക്തമാണ്
പ്രകൃതിയുടെ ജീവനാണ്
പച്ചയാണ്, കനിവാണ്, കുളിരാണ്
നിങ്ങൾക്ക് മഴയെ പ്രണയിക്കാം
ഗീതങ്ങൾ എഴുതാം.
എങ്കിലും എനിയ്ക്ക് മഴ ഇഷ്ടമല്ല”

കാരണം
“ഈ മഴക്കാല നേരത്താണ്
വീടും വീട്ടുകാരും കുത്തിയൊലിച്ചു പോയത്
ഈ മഴക്കാലക്കടലിലാണ്
തോണിയും തോണിക്കാരനും കാണാതായത്”

ഇതാണ് പൊതുവെ ശങ്കരന്റെ ജീവിതത്തോടുള്ള സമീപനം.

" പുള്ളിമാനിനു പിറകെ പുലിയെയും വസന്തവായുവിൽ
വസൂരിരോഗാണുക്കളെയും"

കണ്ട ഒരു പഴയ കവിയുടെ എളിയ പിൻമുറക്കാരൻ.

"ഓരോ പഴയ വീടിനും അതിന്റെ പഴമയും ചാരുതയുമുണ്ട്. ഒരുപാടു മേന്മയും മഹിമയുമുണ്ട്. എളിമയും നിഷ്കളങ്കതയുമുണ്ട്. ഒരു പുതിയ വീടും പഴയ വീടിന് പകരമാകുന്നില്ല" എന്ന് പഴമയോടുള്ള പ്രണയം പ്രഖ്യാപിക്കുന്ന കവിയാണ് ശങ്കരൻ. അത്രയും ശരി പക്ഷെ പ്രത്യക്ഷത്തിൽ ഇങ്ങനെ പറഞ്ഞൊതുങ്ങുന്ന ഇടമോ? അക്കാര്യം പ്രത്യേകം ശ്രദ്ധിക്കേണ്ടതുണ്ട്.

"പഴയ വീട്ടിലെ ഇരുൾ മുറികളിൽ
ഓരോ വാക്കിലും പ്രതിദ്ധ്വനി
സ്വകാര്യതയില്ലാത്ത ഉറസ്സായ അകംവാതിലുകൾ
പഴങ്കഥയുടെ ചിട്ടവട്ടങ്ങൾ"

ഇവിടെയെത്തുമ്പോൾ എനിയ്ക്കു തോന്നുന്നു ശങ്കരൻ പറയുന്നത് പഴമയോടുള്ള അനുരാഗത്തെക്കുറിച്ചല്ല അനന്തമായ അർത്ഥ സാദ്ധ്യതകളോടുകൂടിയ പഴയ കവിതയെക്കുറിച്ചു തന്നെയാണ് എന്ന്.

"കണക്കെഴുത്ത് എന്ന അല്പം ആത്മാംശമുള്ള മറ്റൊരു കവിതയിൽ ആവർത്തന വിരസമായ കണക്കെഴുത്ത് ജീവിതത്തിൽ നിന്നുമുള്ള മുക്തിയെക്കുറിച്ച് പറയുന്നു. പക്ഷെ കണക്കെഴുത്തിൽ നിന്ന് കുതറിമാറിയാൽ പുറംലോകം ചോദിയ്ക്കുന്നു, ഇങ്ങനെ കണക്കും ചിട്ടയുമില്ലാതായാലോ എന്ന്. അക്കങ്ങളിൽ നിന്ന് അക്ഷരങ്ങളിലേക്ക് ചിട്ടകളിൽ നിന്ന് പുറം ചട്ടകളിലേക്ക് മാറിയും മറിഞ്ഞും നീങ്ങുന്ന ജീവിതത്തിന്റെ കണക്കുപുസ്തകത്തെക്കുറിച്ചാണ് ശങ്കരൻ എഴുതിക്കൊണ്ടിരിക്കുന്നത്.

തന്റെ പതിവു ചിട്ടയിൽ നിന്ന് വ്യത്യസ്തമായ ഒരു കവിത ഇതിലുണ്ട്. "സ്വപ്നങ്ങൾ" എന്ന പേരിൽ. വിഭ്രാമകമായ ഒരു സ്വപ്നത്തിന്റെ അവതരണമാണത്. കുഴിയും ചെളിയും നിറഞ്ഞ ഒരു തൊഴുത്ത്. അതിന്റെ നിലം സമപ്പെടുത്താൻ ആരോ കേക്കുകൾ

കൊണ്ട് പാകുന്നു. മാർദ്ദവമുള്ള കേക്കുകൾ തറ പാകുവാനോ? അയാൾ അമ്പരക്കുന്നു. പിന്നെ വരുന്നത് ആശുപത്രി കിടക്കക ളാണ്. പിച്ചും പേയും പറയുന്ന ഒരു വൃദ്ധ. കയ്ക്കുന്ന മരുന്നുകളത്രയും രുചികരമായി വിഴുങ്ങുന്നു. അവർക്ക് പ്രായം കുറഞ്ഞു കുറഞ്ഞു വരുന്നു. തൊഴുത്തും രോദനങ്ങളും സ്വപ്നങ്ങളിൽ അനാഥമാകുന്നു. ഏറെ വിസ്തൃതഘടനയോടുകൂടിയ ഒരു കവിത. ഒരു കാഴ്ച പല കണ്ണിൽ പല കാഴ്ചകളാകാം എന്ന് ശങ്കരൻ മറ്റൊരിടത്ത് പറഞ്ഞുവയ്ക്കുന്നുണ്ട്.

"ശരിയായ് മധുരിച്ചിടാം സ്വയം
പരിശീലിപ്പൊരു കയ്പുതാനുമേ"

എന്ന് നമ്മുടെ മഹാകവി മുമ്പേ പറഞ്ഞുവെച്ചിട്ടുണ്ടല്ലോ. (പഴക്ക മേറിയാൽ ഇരുളും മെല്ലെ വെളിച്ചമായ് വരാം എന്ന കുമാരനാശാൻ) ഈ വിഭ്രാമക സ്വപ്നത്തെ സമകാലിക ഇന്ത്യൻ അവസ്ഥകളോട് കൂട്ടിവായിക്കാനാണ് എനിക്കിഷ്ടം. എല്ലാ കയ്പുകളേയും മധുര മെന്ന് ശീലിക്കാൻ പണിപ്പെട്ടുവരികയാണല്ലോ നാം. അപ്പോൾ തൊഴുത്തിനും കേയ്ക്കിനുമൊക്കെ എന്തെങ്കിലും അർത്ഥ തലങ്ങൾ ഉണ്ടാകുന്നു. "വാക്കുകളൊക്കെ തലോടാനെന്നപോലെ കൊലപ്പെടു ത്താനും ശക്തം" എന്ന് ശങ്കരൻ തിരിച്ചറിയുന്നുണ്ട്. "നാട്ടുവഴിയിലെ പാലങ്ങൾ ഓരോന്നും കടക്കാനുള്ളതുപോലെത്തന്നെ വലിക്കാനു ള്ളതുമാണ് എന്നതാണ് സത്യം. മുഖാമുഖം സംസാരിക്കുകയെന്നത് ആഹ്ളാദകരം പോലെതന്നെ ക്ലേശകരവുമാണ്".

"ഉറക്കത്തിൽ" (ഉറക്കിൽ എന്ന് തന്റെ പയ്യന്നൂർ ഭാഷയിൽ തന്നെയാണ് ശങ്കരൻ ഇതെഴുതിയിരിക്കുന്നത്) എന്നൊരു കവിത ഈ സമാഹാരത്തിലുണ്ട്.

"മരിച്ചുവോ എന്ന് ഒരാളോട് നേരിട്ട്
എങ്ങിനെയാണ് ചോദിക്കുന്നത്
അതുകൊണ്ടിങ്ങനെയാണ് ചോദിച്ചത്
നിങ്ങളെ കണ്ടിട്ട് നാളേറെയായി"

അതാണ് ജീവിതം. അതിലെ ശ്രേണീബന്ധങ്ങളാണ്

കവിതയുടെ പ്രമേയം. ഈ സമാഹാരത്തിലെ ശ്രദ്ധേയമായ ഒരു കവിതയായി ഞാനിതിനെ കാണുന്നു.

ഒക്കെ കഴിയുമ്പോഴും കുഞ്ഞുങ്ങൾ കൈപിടിച്ച് വീട്ടിലെത്തിയ്ക്കും എന്ന് പ്രത്യാശയുടെ ഒരു സ്വരം ഈ സമാഹാരം മുന്നോട്ട് വെയ്ക്കുന്നുണ്ട്. ചങ്ങമ്പുഴയുടെ കാലം മുതൽ പതിതരുടെ പിൻമുറക്കാരിലാണല്ലോ കവികൾക്ക് വിശ്വാസം. ശങ്കരന്റെ കവിതാ വഴികളിൽ ഞാൻ മംഗളം ആശംസിക്കുന്നു.

കവിതകൾ

കവിത 15

എത്ര പറഞ്ഞാലും 16

കഥ പറഞ്ഞിരിക്കുക നല്ല സുഖമാണ് 17

പഴയ വീട് 18

സ്വപ്നങ്ങൾ 19

കണക്കും ചിട്ടയും 21

മഴക്കാലം എനിക്കിഷ്ടമല്ല 23

അവസാന വാക്ക് 26

ഉറക്കിൽ 29

ഗെയ്റ്റ് 31

തണുപ്പ് 32

കുഞ്ഞുങ്ങൾ 34

മഴ 35

തിരിച്ചറിയാ ജീവിതം 37

അദ്ദേഹം 39

സൈക്കിൾ ഒരുത്സവമാണ് 40

നണ 41

കണ്ണാടിയിൽ കാണാത്തത് 42

ചൂരൽ മിഠായി 43

ഇങ്ങനെയൊക്കെ 45

അടയാളം 46

ഓർമ്മയിൽ നനഞ്ഞു പതഞ്ഞ് 47

വഴിക്കഥകൾ 49

അരുത് 51

കൗണ്ടർ 52

ചില ചെറിയ കാര്യങ്ങൾ 55

പട്ടം 57

ആരുടെയോ ഒരു കൗതുകം 59

ശത്രു സംഹാരം 61

കുളിമുറിയിലെ കണ്ണാടി 63

ഫോട്ടോവിന് പോസ് ചെയ്യുമ്പോൾ 64

സൂചിയും നൂലും 66

ചെറിയ മനുഷ്യർ 67

ബോധ്യം 69

നമ്മളെത്തേടി വരുന്ന കവിതകൾക്കൊരു ആമുഖം 71

കവിത

വല്ലാത്തൊരു
കാലത്താണ്
കവിതകളെല്ലാം മുളച്ചത്.

മുല്ല വിരിഞ്ഞ
കാലത്താണ്
ജീവിതം കഷായക്കടലായത്.

മുളപൊട്ടുന്ന
ഋതു നേരത്താണ്
പൂമ്പാറ്റകൾ പിണങ്ങിപ്പോയത്

നിലാവിൽ
ആകാശം ഒന്നും പറഞ്ഞില്ല
പൂമണം പരന്നിറങ്ങിയതുമില്ല

പ്രഭാതം
മഞ്ഞുനിറഞ്ഞു ചിരിച്ചില്ല
ഒരു കിളിയും സ്വാഗതം പറഞ്ഞില്ല.

എങ്കിലും
ചിലനേരം
കവിത മറക്കാതെ അടുത്തിരുന്നു
ദുരിതം തുടരുക തന്നെയാണ്

എത്ര പറഞ്ഞാലും

എത്ര പറഞ്ഞാലും
വിരൽതൊട്ടറിഞ്ഞാലും
കണ്ണിൽ കുത്തിയാലും
കയ്പ്പ് നീർ കുടിച്ചാലും
വഴിയിലിടറി വീണാലും
ചിലത് മനസ്സിലേക്ക് കയറുകയേയില്ല.

അതല്ല,
അങ്ങിനെയല്ല,
അപ്പോഴുമല്ല,
എന്നിങ്ങനെ എത്ര പറഞ്ഞാലും
നാളും പക്കവും ചുണ്ടൊപ്പും
മുന്നിൽ നിരത്തിയാലും
നേര്,
ചിലത് മനസ്സിൽ നിന്നും മായുകയേ ഇല്ല!

കഥ പറഞ്ഞിരിക്കുക നല്ല സുഖമാണ്

കഥ പറഞ്ഞിരിക്കുക
സുഖമാണ്
കഥ കേട്ടിരിക്കാനും
സുഖമാണ്
ഒപ്പമെന്തെങ്കിലും
കൊറിക്കാനുണ്ടാവുക
ഇത്തിരി ചിറി നനക്കാനുണ്ടാവുക
നല്ല സുഖമാണ്.

ഇനി, പരദൂഷണമാവാം
പാരവെപ്പാവാം
ഈഗോ വിശേഷമാവാം
എന്തും, ഇനിയെന്തുമാവാം

ഒരു നിബന്ധന
പൊതു നിയമമാണ്.
കഥയിലെ ചുവന്ന താടികൾ
ഇരുവരിലാരാനുമെങ്കിൽ
അക്കഥ മാത്രം പറയരുത്
രസച്ചരട് പൊട്ടിക്കരുത്.

കഥ പറഞ്ഞിരിക്കാം
വിരോധമില്ലെങ്കിൽ
ആതിഥേയക്കും കഥകളാവാം
തണുപ്പിൽ അകത്തേക്ക് കടന്നിരിക്കാം
മൂളി മൂളി കഥകൾ കേൾക്കാം
രസച്ചരട് പൊട്ടിക്കരുത്
കലികാലകഥയൊന്നും പറഞ്ഞേക്കരുത്

പഴയ വീട്

പഴയ വീട്
പഴയവീട് തന്നെയാവുന്നു.

വെള്ളതേച്ച് വെട്ടപ്പാക്കാം.
വർണ്ണ പെയ്ന്റ് ചെയ്യാം,
ജനാലയും കതകും മാറ്റി വെയ്ക്കാം.
പൊളിച്ചുമാറ്റുകയും--
മോടിയോടെ കൂട്ടിച്ചേർക്കുകയും ചെയ്യാം
എങ്കിലും പഴയ വീട്, പഴയ വീട് തന്നെ

പഴയ വീട്ടിലെ ഇരുൾ മുറികൾ
കടവാതിലും എലിയും
എട്ടുകാലിക്കൂട്ടവും സഹവാസികൾ
സ്വകാര്യതയില്ലാത്ത--
തുറസ്സായ അകംവാതിലുകൾ.
ഓരോ വാക്കിലും പ്രതിധ്വനി.
പഴങ്കഥ പറയുന്ന ചിട്ടവട്ടങ്ങൾ.

എങ്കിലും
ഓരോ പഴയ വീടിനും
അതിന്റെ പഴമയും ചാരുതയുമുണ്ട്.
ഒരുപാട് മേന്മയും മഹിമയുമുണ്ട്.
എളിമയും നിഷ്കളങ്കതയുമുണ്ട്.
മണ്ണും വിണ്ണുമറിയുന്ന അടിത്തറയുമുണ്ട്.

ഒരു പുതിയ വീടും--
പഴയ വീടിന് പകരമാകുന്നില്ല

സ്വപ്നങ്ങൾ

കുഴിയും ചെളിയും നിറഞ്ഞ-
തൊഴുത്തായിരുന്നു
സ്വപ്നം കണ്ടത്
കുഴി നികത്താൻ മാർദ്ദവമുള്ള കേക്ക്
ഒരാൾ ഉപയോഗിക്കുന്നു.
ചാരെ,
കണ്ണാടിയും നോക്കി ഒരു കുഞ്ഞ്

കഴിഞ്ഞാഴ്ചയാണ്,
തൊഴുത്ത് സിമന്റ് ചെയ്തത്.
പണിക്കാരനെ വിളിച്ച്
മനസ്സുനിറയെ ശകാരിക്കണം
ഏതായാലും
കേക്കുകൾ കഴിയട്ടെ.
അയാൾ, പാത്രങ്ങൾ അടുക്കിവെച്ചു.

സ്വപ്നത്തിലേക്ക്,
പിന്നെ നിറഞ്ഞുവന്നത്
ആശുപത്രിക്കിടക്കകളാണ്.
അയാൾ കേൾവിക്കാരനായിരുന്നു.
പ്രായമായ ഒരു സ്ത്രീ
പിച്ചും പേയും പറയുന്നു.

വർത്തമാനങ്ങളിൽ നിന്നും
ഭൂതകാലത്തിന്റെ വഴക്കലിൽ നിന്നും
അയാളവരെ കേട്ടിരുന്നു.
ഇപ്പോഴവർ
കഴിക്കുന്ന മരുന്ന്
രുചികരമെന്ന് പറയുന്നു.

തിരിച്ചറിയാവണ്ണം
അവരുടെ പ്രായം കുറയുന്നു.

അയാൾ ദീനനായി
ഏതോ വഴിയില്ലൂടെ
നടന്നു മറയുന്നു
തൊഴുത്തും രോദനവും
ബാക്കിയാവുന്നു...

തിരിച്ചറിയാതെ
അയാൾ
കണ്ണും തിരുമ്മിയുണരുന്നു.!

കണക്കും ചിട്ടയും

കണക്കെഴുത്തും
കണക്കു പറച്ചിലും
അയാൾക്കു ശീലം

ശീലമെല്ലാം നന്ന്
എന്ത് ബാക്കിയെന്ന് അവൾ

നഷ്ട വിചാരം
ബന്ധുവിരോധം
തീരാത്ത ഉത്കണ്ഠ.
'ശീലിച്ചുപോയല്ലോ' അയാൾ

കാലം കഴിയേ
അയാൾക്കും മടുത്തു.
എന്നും ഒരേ കണക്കിന്റെ
ആവർത്തനങ്ങൾ
ചിലനേരം കൈവിറയൽ
കണക്കെഴുതാൻ മാത്രം
പുതിയ കണ്ണട.
മഷി, പേന, പുസ്തകം,
മടുത്തു; അയാൾക്ക് മടുത്തു.

കണ്ണടക്കും
പേനക്കും വിശ്രമം
അയാൾക്കിപ്പോൾ
എണ്ണതേച്ച്
കുളിച്ചുയുണർച്ച.
കറിയില്ലാക്കഞ്ഞിക്കും

നല്ല രുചി.
ഇല്ലായ്മയിലും നല്ലയുറക്കം.

വൈകുന്നേരങ്ങളിൽ
എന്നും നടത്തം.
വഴിപോക്കരോട് കുശലം
നല്ല നാളിന്
കുഞ്ഞുങ്ങൾക്ക് മധുരം.

അവൾ പറഞ്ഞു..
ഇങ്ങിനെയങ്ങിനെ
കണക്കും ചിട്ടയുമില്ലാതെയായാൽ...

മഴക്കാലം എനിക്കിഷ്ടമല്ല

എല്ലാം ശരിയാണ്
മഴയെപ്പറ്റി നിങ്ങൾ പറഞ്ഞതത്രയും
കവികൾ പാടിയതത്രയും നേരാണ്.
ഭൂമിയുടെ രക്തമാണ്
പ്രകൃതിയുടെ ജീവനാണ്
പച്ചയാണ്, കനിവാണ്, കുളിരാണ്
സ്നേഹവും പ്രണയവുമാണ്.
എങ്കിലും
മഴക്കാലം എനിക്കിഷ്ടമല്ല

എല്ലാം ശരിയാണ്
മഴയെപ്പറ്റി ഒന്നാം ക്ലാസ്സുകാരൻ
വിരലെണ്ണി പറയുന്നതത്രയും നേരാണ്
കുളിക്കാൻ, കുടിക്കാൻ, നനക്കാൻ
എല്ലാറ്റിനും ജലം ആവശ്യം തന്നെ
എങ്കിലും
മഴക്കാലം എനിക്കിഷ്ടമല്ല

ചൂടിൽ മഴയെ വിളിച്ചിട്ടുണ്ട്.,
ദാഹിക്കുമ്പോൾ മഴയെ വിളിച്ചിട്ടുണ്ട്
അരുവികൾ വരളുമ്പോൾ
കിളികൾ പാറിയകലുമ്പോൾ
ഹൃദയം നൊന്ത് വിളിച്ചിട്ടുണ്ട്
ഒരുമഴ,ഒരുമഴ,ഒരുമഴ
എങ്കിലും
മഴക്കാലം നേരായും എനിക്കിഷ്ടമല്ല

അമ്പലക്കുളവും നീന്തലും തുടിപ്പും
മനം നിറഞ്ഞ ആഹ്ലാദമാണ്.

കമ്പിളി ചുറ്റി ഇറയത്തിരുന്ന്
ചൂടുകാപ്പിയൂതികുടിക്കുക രസം തന്നെ
ഒരുകുടയിൽ, ചുമലിൽ കൈ ചേർത്ത് നടന്ന
ബാല്യകാല സ്മരണയും ആഹ്ലാദപ്രദം
എങ്കിലും
മഴക്കാലം എനിക്കിഷ്ടമല്ല

ഷർട്ടിലും മുണ്ടിലും തെറിച്ചെത്തുന്ന
ചെളിവെള്ളമല്ല
ഓഫീസിൽ നനഞ്ഞെത്തുന്ന ജാള്യതയുമല്ല
മഴച്ചാറ്റേറ്റ് പനിപിടിച്ചേക്കുമോ എന്ന
കരുതലുകളുമല്ല
വാതമോ ശീതമോ പുഴുക്കടിയോ-
അതൊന്നുമല്ല-
മഴയും മഴക്കാലവും എനിക്കിഷ്ടമല്ല

മഴയെത്ര കനിവെങ്കിലും
അവളുടെ മുഖം ക്രൗര്യം നിറഞ്ഞതാണ്
ഇടിയും മിന്നലും കാറ്റുമായെത്തുന്ന മഴക്കണ്ണിൽ
ഇല്ല, കനിവേതുമില്ല

ഈ മഴക്കാല നേരത്താണ്
വീടും വീട്ടുകാരും കുത്തിയൊലിച്ചുപോയത്
ഈ മഴക്കാല കടലിലാണ്
തോണിയും തോണിക്കാരേയും കാണാതായത്.
ഈ മഴക്കാറ്റിലാണ്
കൃഷിയെല്ലാം വീണൊടുങ്ങിയത്.
ഈ മഴക്കാല രാത്രിയിലാണ്
കലക്കവെള്ളം കയറിവന്ന്, ചുവരിടിഞ്ഞ്
കുഞ്ഞുങ്ങൾ മരിച്ചത്
മഴകണ്ടിരിക്കാം, മഴ നനയാം

എങ്കിലും മഴ എനിക്കിഷ്ടമല്ല

മഴക്കാല മിന്നലിലാണ്
അദ്രുമാന്റെ അനുജൻ കാലം ചെയ്തത്
മഴക്കാറ്റിൽ ഇലക്ട്രിക് കമ്പിക്കടിയിലാണ്
മുത്തശ്ശി കരിഞ്ഞു പോയത്.
ഈ കലക്ക വെള്ളത്തിലാണ്
ആട്ടും കുടിലും ആനയും ഒലിച്ചു പോയത്
ഒഴുക്കിലും കാറ്റിലും നോക്കി നിൽക്കേ,
പഠിച്ചവർക്കെല്ലാം എണ്ണം തെറ്റി.
ഓരോ മഴയും അപഹരിക്കുന്നത്
ഒരു പാട് സ്വപ്നങ്ങളും നിറങ്ങളുമാണ്.
ഓരോ മഴയും അപഹരിക്കുന്നത്
പൂക്കളും പ്രണയവും ജീവിതവുമാണ്.
ഓരോ മഴയും അപഹരിക്കുന്നത്
തണലും കുടിയും സമ്പാദ്യവും മാത്രമല്ല,
എണ്ണിത്തീരാത്ത ജീവനും ജീവിതവുമാണ്.

നിങ്ങൾ പറഞ്ഞതത്രയും നേരാണ്.
മഴ കനിവും കനവുമാണ്.
വിളവും സ്വപ്നവുമാണ്.

നിങ്ങൾക്ക് മഴയെ പ്രണയിക്കാം
ഗീതങ്ങൾ എഴുതാം
മാഹാകാവ്യ ശകലം ഭംഗിയായി പാടിയിരിക്കാം
എങ്കിലും
എനിക്ക് മഴ ഇഷ്ടമല്ല

അവസാന വാക്ക്

അവസാനവാക്ക്--
വികാരങ്ങളുടെ സമ്മിശ്രമാണ്
എങ്കിലും, പറയാത്ത വാക്കാവും
ചിലനേരം അവസാനവാക്ക്
പാതിയിൽ മുറിഞ്ഞ വാക്കാവും
ചിലനേരം അവസാനവാക്ക്.
അവസാനവാക്ക്--
വികാരങ്ങളുടെ സമ്മിശ്രമാണ്.

അവസാനവാക്ക്--
ഏത് ചെകുത്താന്റേതാണ്?
സകലനാഥനായ ഏത് ദൈവത്തിന്റേതാണ്?
ഭംഗിയായി മുദ്രണം ചെയ്ത
ഏത് മതനിയമത്തിന്റേതാണ്
അധികാരതൊപ്പിയുള്ള ഏത് രാജാവിന്റേതാണ്?

ദൈവങ്ങളെല്ലാം.
പള്ളിയിലും അമ്പലങ്ങളിലും
വിനീത വിനീതരാണത്രെ.
വോട്ടും കാശുമുള്ള വല്ല്യവീട്ടുകാരാണ്
അമ്പലവും പള്ളിയും ഭരിക്കുന്നതത്രെ.
നാട്ടുവാഴുന്നതും.
എളേപ്പ്യം കാർന്നോരുമാണത്രെ
പുതിയ വിധിപ്രകാരം - ദൈവനാമം--
അതിനാൽ തന്നെ നീട്ടിത്തടയാം.

അവസാനവാക്കും അവസാനവാക്കല്ല.
എങ്കിലും അവസാനവാക്കാണ്.
നിയമവും നാട്ടുനടപ്പും
അന്തിമ വിധി പറയുന്നു.
എങ്കിലും അവയും അവസാനവാക്കല്ല.

പാഠശാലകൾ, കലക്ട്രേറ്റുകൾ
ഓപ്പറേഷൻ തിയ്യേറ്ററുകൾ,
സുവർണ്ണക്ഷേത്രങ്ങൾ

പള്ളികൾ, പാർലിമെന്റുകൾ
കേന്ദ്ര കമ്മിറ്റികൾ
കോടതികൾ-
അവസാനവാക്കുകൾ-
പ്രിന്റ് ചെയ്തുകൊണ്ടിരിക്കുന്നു.

അവസാനവാക്ക്
ചോദ്യം ഭയക്കുന്ന പേടിയാണ്.
പൊള്ളയായ നാട്യമാണ്.
പാതിമുറിഞ്ഞ അറിവാണ്.
പകരമില്ലാത്ത ക്രൂരതയാണ്
മറയില്ലാത്ത അഹങ്കാരമാണ്
തികഞ്ഞ ബലഹീനതയാണ്.

മുറിഞ്ഞ വാക്കിൽ നിന്നാണ്--
പുതിയ ചിന്തകൾക്ക് കരുത്തു പകരുന്നത്.
അവസാന വിധിക്കപ്പുറം--
ഒരു ജീവിതം തുടങ്ങുകയാണ്.

അവസാനവാക്കിൽ നിന്നാണ്--
അർത്ഥവത്തായ,
ഒരുപാട്,ഒരുപാട് ചോദ്യോത്തരങ്ങൾ--
ജീവിക്കുന്നവർക്ക് പതിച്ചു നൽകുന്നത്.
അവസാനവാക്ക്
വികാരങ്ങളുടെ സമ്മിശ്രമാണ്.

ഉറക്കിൽ

ഓർമയിൽ
പേര് ബാക്കിയില്ലെങ്കിലും
അയാൾ
മരിച്ചിരുന്നുയെന്നത്
കൃത്യമായും ഓർമയിലുണ്ട്
മരണാന്തര ചടങ്ങിൽ പങ്കെടുത്തത്
പത്രത്തിൽ പടം വന്നത്
മക്കളെ കണ്ട് ദുഃഖമറിയിച്ചത്
ഓരോന്നും
ഉറക്കിലും ഓർമ്മയിൽത്തന്നെയുണ്ട്

ഒരാൾക്കൂട്ടത്തിൽ
വിവാഹച്ചടങ്ങിലോ
മരണവീട്ടിലോ
എന്നതൊന്നും പ്രകടമല്ല
പഴയ അതേ പ്രൗഢിയോടെ
അയാളെ വീണ്ടും നേരിൽ കണ്ടു!

ജീവിച്ചിരിക്കേ
മുഖാമുഖത്തിൽ പോലും
ഒരു ചെറുചിരിയായിരുന്നുവല്ലെ
വലിയ വർത്തമാനം
(ആ കണ്ണിൽ, എന്നും ഞാനൊരു
ചെറു പയ്യനായിരുന്നുവല്ലോ)
ഇത്തവണയെന്നാൽ,
അകലത്ത് നിന്ന് തന്നെ
തിരിച്ചറിയുകയും
അഭിവാദ്യം ചെയ്യുകയും
ഇരുവരും നടന്നടുക്കുകയും ചെയ്തു

(പയ്യൻ പ്രായമായിരിക്കുന്നു)
ഹസ്തദാനം ചെയ്തതായി
ചിത്രത്തിലൊന്നും തെളിഞ്ഞില്ല
എങ്കിലും, സംസാരിച്ചു നിന്നത്
അത്രയടുത്തായിരുന്നു!

'മരിച്ചുവോ' എന്ന്
എങ്ങനെയാണ് ചോദിക്കുക?
'നിങ്ങളെ കാണാതെ,
നാളേറെയായി' എന്നാണ് തുടങ്ങിയത്
അയാൾ ചിരിച്ചു
ആലോചനയുടെ ഒരിടവേള
അയാൾ പറഞ്ഞു
ഞാനിവിടെ ഇല്ലായിരുന്നു!

ഇതെന്ത് നേര്
എന്നത്ഭുതം കൂറവെ,
മൂന്നാമതൊരാൾ-
ലോഹ്യം ചൊല്ലിയടുത്തേക്ക് വന്നു

കൺ തുറന്ന്
ആഗതനെ നോക്കവേ
നിറഞ്ഞ ഇരുട്ട്
വല്ലാത്ത പാരവശ്യം !

ഗെയ്റ്റ്

ഗെയ്റ്റ് അടഞ്ഞുകിടക്കുന്നു
അകത്ത്
ആളനക്കമുണ്ട്
നേർത്തഗാനം പരക്കുന്നുമുണ്ട്
കണ്ണ് പതിയുന്നേടത്ത് തന്നെ
കാളിംഗ് ബെല്ലുമുണ്ട്
എങ്കിലും
ഗെയ്റ്റ് അടഞ്ഞു കിടക്കുകയാണല്ലോ

വീട്ടുടമസ്ഥൻ
പഴയ സഹപാഠിയാണ്
ക്ഷണിച്ചുവന്നതാണ്
കൊതിച്ചുവന്നതാണ്
എങ്കിലും
ഗെയ്റ്റ് അടഞ്ഞു കിടക്കുകയാണ്

ഗെയ്റ്റിന് തൊട്ട്
മതിൽ പൊളിഞ്ഞ് കിടപ്പാണ്
പലവട്ടം നടന്ന്
പുതുവഴി തെളിഞ്ഞിട്ടുമുണ്ട്
എങ്കിലും
ഗെയ്റ്റ് അടഞ്ഞ സ്ഥിതിക്ക്
ഇവിടെ നിൽക്കുകയല്ലാതെ...

ഒരൽപം നിൽക്കാം
വാതിൽ തുറക്കാതിരിക്കില്ല
ഗെയ്റ്റിനു പുറത്തേക്ക്
തീർച്ച, നോക്കാതിരിക്കില്ല!

തണുപ്പ്

തണുപ്പ്
എന്നോതി
ചില പഴങ്കഥകൾ പറയാം
പ്രകൃതി ചിന്തകൾ പങ്കിടാം

തണുപ്പ്
എന്നോതി
ചില ശ്ലോകപാരായണമാവാം
തണുപ്പിന്റെ വേദാന്തമാവാം

തണുപ്പ്
എന്നോതി
എന്ത് സുഖമെന്നാവാം
ചൂടിനെപ്പറ്റി പ്രഭാഷണമാവാം

തണുപ്പ്
എന്നോതി
തീകാഞ്ഞിരിക്കാം
തണുപ്പ് കൂടുകയാണെന്ന് പറയാം.

തണുപ്പ്
തണുപ്പെന്നോതി
കതകോരോന്നും ചാരി
പുതച്ച് രസിച്ച് കാലം കഴിയെ...

മലയുരുകുന്നത്
താഴ്‌വാരം നിറയുന്നത്
മഞ്ഞ് പടരുന്നത്
കരൾ കനക്കുന്നത്, ആര് കണ്ടു?

കാലം
വെളുത്തു കറുക്കുന്നത്
സൗഹൃദങ്ങൾ മുറിയുന്നത്
ഭൂമിയിടങ്ങൾ കാണാതാവുന്നത്, ആര് കണ്ടു?

വഴിയായ വഴിയെല്ലാം
പലവഴി തെറ്റുന്നതും
പല വഴികൾ ഒന്നിച്ചടയുന്നതും
ആര് കണ്ടു, ആര് കണ്ടു?

കുഞ്ഞുങ്ങൾ

കുഞ്ഞുങ്ങൾക്കൊപ്പം
യാത്ര ചെയ്യുക.
പരിചിത വഴിയിലും
നാം അപരിചിതരാവും
നിറയെ കാണുമ്പോഴും
നാം കാണാത്തവ
അതിലേറെയാവും

നാടോടിക്കഥപോലെ
ചെറുകിളിയും നീർച്ചാലും
കിന്നാരം പറയുന്നത് കേൾക്കാം
വഴിനീളെ പൂക്കൾ വിരിച്ച്
നിറഞ്ഞു ചിരിച്ച്
മരങ്ങളോരോന്നും പൂത്തുനിന്ന്
വരവേൽക്കുന്നത് കാണാം.

എന്നേ നടന്ന വഴികൾ
എന്നും നടക്കും വഴികൾ
ഉള്ളിൽ നാം അത്ഭുതപ്പെട്ടും
അവരുടെ ആകാംക്ഷകൾ
നമ്മുടെ വിസ്മയമാവും
കൊച്ചു സംശയങ്ങൾ
നാവിലുത്തരമില്ലാതെ
നമ്മെ വഴിതടഞ്ഞു നിർത്തും
നാം അറിയാതെ പതറും
ഇതേത് വഴി, ഇതേത് വഴി?

ഭയപ്പെടരുത് കുഞ്ഞുങ്ങൾ
കൈപിടിച്ച്, വീട്ടിലെത്തിക്കും

മഴ

പകുത്താൽ തീരാത്തത്

ഒരുപാട്
ഒരുപാട്
മഴ നനഞ്ഞിട്ടുണ്ട്
എന്നിട്ടും
നനയാനായി
ഒരു മഴയും നനഞ്ഞിട്ടില്ല

മഴയെ
കണ്ടും കേട്ടുമിരിക്കാൻ
ഇഷ്ടവുമായിരുന്നു
ദുരിതപ്പെരുമഴ നീങ്ങി
ഒരിത്തിരി നേരവുമെന്നാൽ
വെറുതെയിരിക്കാനായിട്ടില്ല.

മഴയുടെ
കളിതമാശയും
പ്രണയകഥയും ചൊല്ലി
വർത്തമാനം പറഞ്ഞിരിക്കാൻ
ഒരാളുമെത്തിയില്ല.
ഓരോ മഴയിലും
നിറഞ്ഞു പെയ്തത്,
കുത്തിയൊഴുകി വന്നത്,
പകുത്താൽ തീരാത്ത നോവായിരുന്നു!

തോർത്തിമാറ്റാൻ കഴിയാത്തത്

എങ്കിലും
(അതുകൊണ്ടുതന്നെ)
മഴയെ
മഴ വീണ മണ്ണിനെ
നന്മയെ
സ്നേഹസമൃദ്ധിയെ
വാരിക്കോരിത്തരുന്ന ഉപഹാരങ്ങളെ
മനം നിറയുന്ന മഴനേരങ്ങളെ
കുശുമ്പു കാട്ടിവരും മഴയിളക്കങ്ങളെ
അയാളോളം ആർക്കും അറിയുമായിരുന്നില്ല

ഒരു മഴയും
അയാൾക്ക് കാഴ്ചയായിരുന്നില്ല.
പാടത്തും പറമ്പത്തും ഒപ്പം തുടിക്കുന്ന മഴ
തോർത്തിമാറ്റാൻ കഴിയാത്ത
സാന്നിദ്ധ്യമായിരുന്നു.!

തിരിച്ചറിയാ ജീവിതം

എല്ലാം കെട്ടുകാഴ്ചയെന്നാണ്
ചിലർ പറയുന്നത്
ശിരോലിഖിതമെന്ന് ചിലർ
തെളിയാരേഖയെന്ന് ചിലർ
രാഹു തെളിഞ്ഞെന്നും
ശുക്രനുദിച്ചെന്നും ചിലർ

തുഴ
കൈവിട്ടെന്നാണ്
ചിലർ പറയുന്നത്.
തുളവീണ വഞ്ചിയെന്ന് ചിലർ
പുഴയിലടിയൊഴുക്കെന്ന് ചിലർ
നിധികുംഭമൊഴുകി വന്നെന്നും
ജലറാണി വരം തന്നെന്നും ചിലർ.

ആകെയും
ദുഷ്ക്കരമെന്നാണ്
ചിലർ പറയുന്നത്
പുഷ്ക്കരമല്ലെന്ന് ചിലർ
നരകസമാനമെന്ന് ചിലർ
മായാമോഹനമെന്നും
സ്വർഗ്ഗ വസന്തമെന്നും ചിലർ

കഥകൾ
കദനഭരിതമെന്നാണ്
ചിലർ പറയുന്നത്.
ചെകുത്താൻ കാഴ്ചയെന്ന് ചിലർ
നുണകൾ തൻ ഭാണ്ഡമെന്ന്
ചിലർ

മധു മോഹനരാഗമെന്നും
താളമിട്ടും തളയുടെ മൃദുധ്വനിയെന്നും ചിലർ

എല്ലാം
മധുരതരമെന്ന് ചിലർ
എന്തൊരു കയ്പെന്ന് ചിലർ
പടവാളിൽ മുറിവെന്ന്
വിജയതിലകമെന്ന് ചിലർ
ചുണ്ടൊപ്പ് വെച്ച് പിരിയുമ്പോഴും
തിരിച്ചറിയാത്ത ജീവിതം
അതാരും പറയുന്നതേയില്ല.!

അദ്ദേഹം

മഴയിൽ
നനയാതെ
ചെളി തെറിക്കാതെ

വെയിലിൽ
കിതയ്ക്കാതെ
വിയർത്ത് കുളിക്കാതെ

ഒച്ചവെയ്ക്കാതെ
ജാഥയിൽ
നടന്ന് തളരാതെ

അലക്കി ഇസ്തിരിതേച്ച്
കണ്ണട തുടച്ചുവെച്ച്
നല്ല വർത്തമാനം ചൊല്ലി

ചോദിക്കുമ്പോൾ
ചോദിക്കുമ്പോൾ
സംഭാവനകൾ നൽകി

നേര്, ഏവർക്കും പ്രിയങ്കരനായി
അഭിമാനവും ആവേശവുമായി
സഹകാരിയും സന്ദേശകനുമായി
അഭിപ്രായ ദാതാവായി
അവസാന വാക്കായി
അങ്ങനെ,യങ്ങനെ
കാണെക്കാണെ
വളർന്ന് വളർന്ന് അയാൾ-
നാട്ടാരുടെ അദ്ദേഹം!

സൈക്കിൾ ഒരുത്സവമാണ്

കയറ്റം ചവിട്ടിക്കയറുക
സ്പീഡിലിറങ്ങുക
ഓടിയെത്തും കൂട്ടുകാരെ ജയിക്കുക
സൈക്കിൾ ഒരുത്സവമാണ്.

നാട്ടു വഴിയിലൂടെ
ചുറ്റിയടിക്കുക
പിന്നിലും മുന്നിലും
അനുജന്മാരായ കൂട്ടുകാരെയിരുത്തുക
ഒരു മൂളിപ്പാട്ടു പാടുക
സൈക്കിൾ ഒരുത്സവമാണ്.

കഴുകിത്തുടച്ച് കുട്ടപ്പനാക്കുക
വീണ് മുറിഞ്ഞ കഥകൾ
സാഹസിക സംഭവമാക്കുക
അത്യാവശ്യത്തിന് മാത്രം താഴെയിറങ്ങുക
വെറുതെ ടൗണിൽ പോവുക
കൈവിട്ട് ചൂളം വിളിക്കുക
കൈവീശി പ്രണയം വരിക്കുക
സൈക്കിൾ ഒരുത്സവമാണ്.

സൈക്കിൾ,
ഓർമ്മകളുടെ കയറ്റിറക്കമൊണ്
പുതിയ വഴിയും അറിവും സൗഹൃദവുമാണ്.
നിശ്ചയദാർഢ്യമാണ്.
ഒരുമയും പെരുമയുമാണ്.
സൈക്കിൾ,
ഹൃദയം നിറഞ്ഞൊഴുകുന്ന ഉത്സവമാണ്.

നെല്ല്

കട്ടുത്ത
കശ്ശമ്പിൽ
വഴിയിലാരോ
ചവച്ച തുപ്പിയത്

കത്തും
വെയിലിലും
കുത്തിയൊലിക്കും
മഴയിലും
മുളച്ച പടർന്ന്
നൂറുമേനി കായ്ച്ചത്

ലോഭമില്ലാതെ
വാരിക്കോരി
നൽകിയത്

കിട്ടിയോരേവരും
ഓമനിച്ച്
നട്ടുപോറ്റിവളർത്തിയത്

നൂറുമേനി
വിളഞ്ഞത്
പുഴുങ്ങിയും
വെയിലിലുണക്കിയും
പത്തായം നിറച്ചത്

വാരിക്കോരി
നൽകിയാലും തീരാത്തത്
എത്ര കേട്ടാലും
പുതുപുത്തനാകുന്നത്!

കണ്ണാടിയിൽ കാണാത്തത്

കണ്ണാടിയിൽ
കാണാത്തത്
നിന്റെ കണ്ണിൽ കണ്ടു.

തെളിനീരിൽ
തെളിയാത്തത്
നിന്റെ മൗനത്തിൽ തെളിഞ്ഞു.

പറയാത്ത
വാക്കുകൾ
കരളിൽ തറഞ്ഞ
നോവുകൾ,
വഴിപ്പിടപ്പുകൾ,
ഓരോന്നും
നിന്റെ ഹൃദയ താള തുടിപ്പിലറിഞ്ഞു.

മായാതെ
മറയാതെ,
ഓരോന്നും
കരൾ പറ്റി തെളിഞ്ഞു നിന്നു
വല്ലാതെ വല്ലാതെ
നൊന്തു നിന്നു
പിട കണ്ണുകൾ നിറഞ്ഞു നിന്നു!

ചൂരൽ മിഠായി

താഴെ
പുഞ്ചപ്പാടക്കരയിൽ
കല്പടവിനാൽ
കെട്ടിയിറക്കിയ കുളം

മേലെ
വള്ളിപ്പടർപ്പിനും
തണൽ മരങ്ങൾക്കുമൊപ്പം
നാട്ടു പള്ളിക്കൂടം

മാഷിന്റെ കണ്ണറിയാതെ
കാതറിയാതെ
കുളപ്പടവിൽ
ഞങ്ങൾ കഥ പറഞ്ഞിരുന്നു

മണിയൊച്ച കേട്ട്
ഓടി വിയർത്ത് വന്ന്
മിടുമിടുക്കരായി ക്ലാസ്സിലിരുന്നു.

വെള്ളിയാഴ്ചകളിൽ
കുളത്തിലിറങ്ങി നീന്തിത്തുടിച്ചു
മുങ്ങി നിവരുമ്പോൾ
ഓരോ കവിൾ വെള്ളം കുടിച്ച്
ഉച്ചനേരത്തെ വിശപ്പാറ്റി
തെളിനീരിൽ
നാണയമെറിഞ്ഞ്
മത്സരിച്ച് മുങ്ങിയെടുത്തു.

ഒരു ദിനം

കാലിൽ തട്ടി നീങ്ങിയ
നാണയമെടുക്കാൻ ഒരാൾക്കുമായില്ല
പിന്നേയും വെള്ളം കുടിക്കും മുന്നേ
സ്കൂൾ മണിയടിച്ചു
നാണയമിട്ട നാലാം ക്ലാസ്സുകാരൻ
കരഞ്ഞു നിന്നു.

കരയാതെ
കൈനീട്ടി
വരിവരി നിന്ന്
ഓരോരുത്തരും
ഉച്ചക്കളിക്ക്
ചൂരൽ മിഠായി
പാരിതോഷികം വാങ്ങി

കുളത്തിലെറിഞ്ഞ
മിഠായിക്കാശ്
മാഷ് പയ്യന് നൽകിയിട്ടുണ്ടാവാം
ഒപ്പം
കൈ നിറയെ
ചൂരൽ മിഠായിയും കിട്ടിയിട്ടുണ്ടാവാം!

ഇങ്ങനെയൊക്കെ

കണ്ട്
കണ്ട്
മുഖം മനസ്സിൽ തെളിയാതെയായി

കേട്ട്
കേട്ട്
സ്വരം കാതിന് കേൾക്കാത്തതായി

തൊട്ടുരുമ്മി
തൊട്ടുരുമ്മി
സ്പർശമെന്നതേ തൊലിയറിയാത്തതായി

തോന്നുംപോൽ
തിന്നുകുടിച്ച്
നാവിന് രുചിഭേദമെന്നതില്ലാതെയായി

ഇതെന്ത്
ജീവിതം-
ചോദ്യങ്ങളാകാം
ഇതൊക്കെയും ജീവിതം
വല്ലാതെ മടുപ്പാർന്ന മഹാജീവിതം.

അടയാളം

എങ്ങും
തൊടാതെ പോവുക
എന്നതാണ് ഉപദേശം
തൊട്ടുകളിക്കരുത്
എന്നാണ് ഭീഷണി

എന്നിട്ടും
തൊട്ടുകളിക്കുന്നവനാണ്
പോരാളി

അമ്പെയ്ത്ത് വീഴ്ത്തുന്നവനാണ്
ജേതാവ്.
ഒപ്പം തൊട്ടു നില്ക്കുന്നവനാണ്
സഖാവ്.

തൊടാതെ,
കൈവീശി നടന്നുപോകുന്നവൻ
ഒന്നും അടയാളപ്പെടുത്തുന്നില്ല.

ഓർമ്മയിൽ നനഞ്ഞു പതഞ്ഞ്

ഒറ്റ തോർത്തു ചുറ്റി
വെള്ളം ചറപറ
തലയിൽ കോരിയൊഴിച്ച്
പാതി തോർത്തിയോടിയത്
(സ്കൂളിൽ കബഡി മത്സരം
എട്ടിന് തുടങ്ങണം
ഒമ്പതേ കാലിന് തീരണം)

സന്ധ്യയിൽ
കിന്നാരം പറയുന്ന
അമ്പിളി മാമനെ
കിണറ്റിൽ നോക്കി നിന്നത്
അച്ഛൻ ശകാരിച്ചത്

പിന്നെയും പിന്നെയും
അമ്പിളി വന്ന് പോയത്
നാലും അഞ്ചും പാനി
കുടുകുട തലയിലൊഴിച്ച് തണുത്തത്
കിണറ്റു കരയിൽ
തല പാതി തോർത്തി
അയാൾ
ഓർമയിൽ നിറഞ്ഞു

കിണറ്റു കരയിൽ
കാക്ക വിരുന്നു വിളിച്ചത്
കൂവിയാർത്ത്
ചെളിയെടുപ്പ് ആഘോഷിച്ചത്
തേങ്ങയും പന്തുമെടുക്കാൻ
കിണറ്റിലിറങ്ങിയത്

കപ്പിയും കയറുമായി
കിണറ് മാറിയത്വൈകാതെ
ടാങ്കും പമ്പുസെറ്റുമായത്

കിണറ്റു കരയിൽ
തല പാതി തോർത്തി
അയാൾ
ഓർമയിൽ
നനഞ്ഞു പതഞ്ഞു

ഇലക്ട്രിക് ലൈനിലേക്ക്
ചാഞ്ഞുവീണ പാഴ്മരമേ
ഹൃദയപൂർവ്വമായ നന്ദി

ബാല്യവും
ഓർമയും
പച്ച ജീവിതവും
ഇത്തിരി നേരത്തേക്ക്
തിരിച്ചു തന്നതിന് നന്ദി നന്ദി!

വഴിക്കഥകൾ

വഴിയറിയാപോക്കനും
വഴിയറിയും പോക്കനും
തമ്മിൽ കണ്ടൊരു കഥയുണ്ട്

അക്കഥയിലയാൾ
അപരന് വഴികാട്ടിയാവും
കൈ നിറയെ
സമ്മാനം വാങ്ങി തിരിച്ചു വരും

വെറും വെറുതെ
ഒരു വെറും കഥയെങ്കിൽ
മധുരവും വർണ്ണവും ചേർത്ത്
വീണ്ടും അക്കഥ തന്നെ പാടീടാം

കഥയാകെ മാറിമറിഞ്ഞത്രെ
കഥയുടെ തലയും കാലവും മാറിയത്രെ
തലതിരിഞ്ഞവർ
പെരുവഴിയിൽ കണ്ടാലെന്ന്
തലക്കുറി ചേർത്ത് വെച്ചത്രെ

0

നടപ്പു കഥയിലിരുപേരും
ചിരിച്ചു നമിച്ചാണ്
പെരുവഴിയിലേക്ക് പ്രവേശിച്ചത്.
ശേഷം, വഴിചൊല്ലി വഴക്കായി
വഴക്ക്,
വാക്കേറ്റമായി, കൊലവിളിയായി
നാട്ടും നാട്ടാരും നടുവെ നിരന്നു നിന്നത്രെ

വീർപ്പടക്കി ജനം കാത്തു നിൽക്കേ
കൈയ്യും കൈയ്യും ചേർത്ത്, തോളുരുമ്മി
മറുകൈകൾ നീട്ടി വീശി
വേദിവിട്ടിരുവരും
പിന്നിലേക്കിറങ്ങി നിന്നത്രെ

വാക്കൊന്നു പോലും പറയാതെ പിന്നെ
കണ്ണുരുട്ടി കട്ടായം പറയാതെ പിന്നെ
ഒത്ത്തീർപ്പ് ചിരി പകരാതെ പിന്നെ
ഇരുവരും ഇരുവഴി പിരിഞ്ഞു പോയത്രെ

നാട്ടും നാട്ടാരും നിരാശാഭരിതരായി
'ഇനി പിരിയാ മെന്നന്യോന്യമോതി,'
പിരിയാതെ
കൈ കുടഞ്ഞേറെ നേരം നിന്നത്രെ
തെക്കും വടക്കും നടന്നു തീർത്തത്രെ

ശേഷം
കഥയിലൊരു കഥാപാത്രമായി
പറയാനൊരു കഥ സ്വയം തീർത്ത്
നല്ലവർ നല്ലവർ നാട്ടുകാരാകെയും പിന്നെ
ആനന്ദ ചിത്തരായ് വേഷം ചമഞ്ഞ്
തൻ ഗൃഹം മെല്ലെ കരേറിയത്രെ!

അരുത്

അരുത്
അങ്ങിനെ ചെയ്യരു
തിങ്ങനെയൊട്ടും ചെയ്യരുത്
വെറുതെയിരുന്ന് കളയരുത്

അരുത്
അത് വഴി പോകരുതീവഴി പോകരുതലയരുത്
ഇരുളിൽ നോക്കരുത്
മറുമൊഴിയൊന്നും പറയരുത്

അരുത്
വാങ്ങരുതൊന്നും
വെറുതെയൊരാൾക്കും നൽകരുത്
കടിപിടികൂട്ടും നേരത്തവരുടെ
മുന്നിൽ ചാടരുതൊരു നാളും

അരുതുകളിങ്ങനെ
പെരുകിപ്പെരുകി
തിരയായ് കടലായ്
ജാതിമതത്തിൻ മതിലായ്
തീരാക്കയറിൻ ചുറ്റായ്
വിളികേൾക്കാ കിണറായ്
അങ്ങനെയങ്ങനെ
അരുതുകൾ വീണ്ടും വീണ്ടും
പെരുമഴ പോൽ പെയ്യുകയല്ലോ!

കൗണ്ടർ

ഇതാ നിങ്ങൾക്കായി
കൗണ്ടർ തുറന്നിരിക്കുന്നു.
കൗണ്ടർ നിങ്ങളെ കാത്തിരിക്കുന്നു
ഓരോ അന്വേഷണങ്ങൾക്കും
വിനയപൂർവ്വം ഉത്തരമോതുന്നു

ടോക്കൺ
ക്യാഷ്
റസീറ്റ്
മരുന്നു വകകൾ
പാക്ക് ചെയ്തുവന്ന ഭക്ഷ്യവസ്തുക്കൾ
സ്റ്റാമ്പ്
ടിക്കറ്റ്
കൗണ്ടർ
നിങ്ങളെ ആദരപൂർവ്വം കാത്തിരിക്കുന്നു.

ഇങ്ങനെയൊക്കെയെങ്കിലും
കൗണ്ടർ
ഒരതിർത്തി കൂടിയാണ്
ഇവിടെ വരെ'യെന്ന്
അവ പറയാതെ പറയുന്നു
ഏത് കൊലകൊമ്പനും
അവിടെയൊന്ന് പതറി നിൽക്കും.

തെറ്റിയ റിപ്പോർട്ടുകൾ
അടവു തെറ്റിയ പലിശ നിരക്കുകൾ

നാളെയും വരാനുള്ള അറിയിപ്പുകൾ
നിർദ്ദാക്ഷിണ്യം അടയുന്ന കൗണ്ടറുകൾ
ഉത്കണ്ഠയുടെ സമയ സൂചികൾ

സ്വീകരിക്കപ്പെടുമ്പോഴും
അതിർത്തി വരക്കുമ്പോഴും
കൗണ്ടർ
നമ്മെ അത്ഭുതപ്പെടുത്തുന്നു
കൗണ്ടറിനപ്പുറം
ഒരുപാട് അറിയായ്മകൾ
രഹസ്യങ്ങൾ
അട്ടിവെച്ച ഫയലുകൾ
രജിസ്റ്ററുകൾ
നിയമം
വകുപ്പ്
അധികാരങ്ങൾ...

കൗണ്ടർ
സ്വീകരിക്കപ്പെടുമ്പോഴും
ചാരിനിന്ന് സംസാരിക്കുമ്പോഴും
എഴുതി ഒപ്പിടുമ്പോഴും
നേര്,
അറിയാത്തൊരകലം
തനിയെ രൂപപ്പെടുന്നു,

നേര്
ഏത് നിമിഷവും
ക്രൂരമാകുന്ന / പൊട്ടിത്തെറിക്കുന്ന

ഒരു നിമിഷം
അന്യോന്യം പ്രതീക്ഷിക്കപ്പെടുന്ന
അടുപ്പിന്
അകവും പുറവും പോലെ,
[illegible]
നില തെറ്റുന്ന കടലും കരയും പോലെ..!

ചില ചെറിയ കാര്യങ്ങൾ

ഒരു വിഷയത്തെപ്പറ്റി മാത്രം
പറയുകയെന്നത്
എളുപ്പമെന്നതുപോലെ പ്രയാസവുമാണ്

ഊടുവഴിയിലെ-
എളുപ്പയാത്രയെന്നത്,
സൗകര്യമെന്നത് പോലെ വിനാശവുമാണ്.

നാട്ടുവഴിയിലെ-
പാലങ്ങളോരോന്നും,
കടക്കാനെന്നപോലെ വലിക്കാനുമാണ്.

വേനൽ കഴിഞ്ഞെത്തുന്ന-
ഓരോ മഴയും,
കനിവെന്ന പോലെ ക്രൂരവുമാണ്.

മത്സരവേദികളി-
ലെപ്പോഴുമെപ്പോഴും,
വിജയമെന്ന പോലെ തോൽവിയുമുണ്ട്.

കത്തി നില്ക്കുന്ന-
വിളക്കുകളോരോന്നും,
വെളിച്ചമെന്നപോലെ ഇരുളുമാണ്.

മുഖാമുഖം-
സംസാരിക്കുകയെന്നത്,

ആഹ്ളാദകരമെന്നപോലെ ക്ലേശകരവുമാണ്.

ചങ്ങാതി നന്ന്,
സൗഹൃദമെന്നാൽ-
കണ്ണാടിപോലെ പൊട്ടിയുടയുന്നതുമാണ്.

വാക്കുകളോരോന്നും-
എത്ര മനോഹരമെങ്കിലും,
തലോടാനെന്നപോലെ കൊലപ്പെടുത്താനും ശക്തം!

പട്ടം

മുകളിൽ
പറന്നു കളിക്കുന്ന വർണ്ണപ്പട്ടം
അതിരുകളില്ലാതെ
നിറഞ്ഞ സ്വാതന്ത്ര്യത്തോടെ
പറന്നു കളിക്കുന്ന വർണ്ണപ്പട്ടം

നേരിന്റെ വഴിയേതാണ്?
ഹൃദയത്തിലേക്കുള്ള വഴിയേതാണ് ?
മോന്തായം വളഞ്ഞാലെന്താണ് ?
പൂച്ചയ്ക്ക്
എലി എങ്ങിനെ ബന്ധുവാകും?
ചോദ്യങ്ങളെല്ലാം നിരർത്ഥകം
ഇതാ, ഇപ്പോൾ ചോദ്യങ്ങളേയില്ല.
ഒറ്റ നക്ഷത്രം പോലെ വർണ്ണപ്പട്ടം

ആകാശത്തിലേക്ക്
നേർത്ത ഒരൊറ്റ നൂൽ
കഥയൊന്നും കടലാസിലല്ല, വാക്കിലുമല്ല
അത് പഴം പൊരുളാണ്
കനിവാണ്, നാട്ടുവഴിയാണ്.

പതിവ് വാളിന് ഒരൊറ്റത്തല
വാടകക്കാരന് മുറിച്ചളന്ന കൃത്യത,
കൂലിയും കണിശം.
മൂന്ന് ദേശത്തും ചില നിയമങ്ങൾ തുല്യം
മഴ നേരത്തും ചിലർ നൂലഴിച്ചു വിടുന്നു.
വിശപ്പ് കണ്ണിലറിയാം.
കണ്ണിൽ നോക്കാൻ
കരളിൽ കനിവും ചോരയും വേണം.

ആകാശത്തിലും ഏറ്റക്കുറവുകൾ
താഴെ മണ്ണോലിപ്പും പുഴയൊഴുക്കും.
നൂല് എപ്പോഴാണ് പിഴഞ്ഞുമുറിയുന്നത് !

പ്രശ്നങ്ങൾ മറന്നിരിക്കാം
നൂൽവിട്ട് ചതുരംഗമാവാം
തലകോതി മിനുക്കാം
വിറക്കും മീശ വടിക്കാം
കണ്ണാടി തല്ലി ഉടക്കാം
രണ്ട് കൈയും വീശി
കാൽ കഴയും വരെ നീട്ടി നടക്കാം
പിന്നെ പശ്ചാത്താപം
ഏത് മരച്ചില്ലയിലാണ്
ഏത് മുൾക്കാടിലാണ് വീണൊടുക്കം?

മുകളിൽ
പറന്നുകളിക്കുന്ന വർണ്ണപ്പട്ടം
ഇത്തിരി നൂലിലാണ് ജീവൻ
മണ്ണിൽ തന്നെയാണ് നൂലറ്റം

"കൈറ്റ്"
ആകാശം നോക്കി, വിരൽ ചൂണ്ടി
അഭിമാനപൂർവ്വം അലറിത്തുള്ളാം
അപ്പോഴും
ഹൃദയംതൊട്ട് പറക്കുന്നത്
നേര്, പഴയപട്ടം തന്നെ!
ആകാശത്ത്,
പൂത്ത് നിറഞ്ഞ ഹൃദയമായി
ഒരു പട്ടം പറന്ന് കളിക്കുന്നു.!

ആരുടെയോ ഒരു കൗതുകം

എന്തെന്നറിയില്ല,
പെൺകുട്ടികൾക്ക്
സ്വകാര്യ സൂക്ഷിപ്പുകളില്ല
മനം നിറയെ സ്വപ്നങ്ങളേയുള്ളു.

കുഞ്ഞേട്ടൻ
വളത്തുണ്ടും
മഞ്ചാടി മണികളും
വർണ്ണക്കടലാസുകളും
പെറുക്കിയെടുക്കുമ്പോൾ
അവൾ ഒപ്പം കൂടുകയേയുള്ളു.

വളർന്നപ്പോഴും
അവൾക്കു സ്വകാര്യമായ
സൂക്ഷിപ്പുകളൊന്നുമില്ലായിരുന്നു.
വർണ്ണസ്വപ്നങ്ങളേ ഉണ്ടായിരുന്നുള്ളു.

അപ്പോഴും
ചേട്ടന്റെ
നീളൻ മേശയും അലമാരകളും
കൗതുക കാഴ്ചകളാൽ നിറഞ്ഞുകൊണ്ടിരുന്നു.

സ്റ്റാമ്പുകൾ
പേനകളും പേഴ്സുകളും
ബാറ്റുകൾ, മൊബൈൽ ഫോണുകൾ
ഓട്ടോഗ്രാഫുകൾ
നടികളുടെയും നടന്മാരുടെയും ചിത്രങ്ങൾ
യാത്രാ ആൽബങ്ങൾ
ശംഖുകൾ, ചിപ്പികൾ, ശില്പമാതൃകകൾ

എല്ലാ കൗതുകവും
കൗതുകം മാത്രമാണെന്നും
ജീവിതമല്ലെന്നും അവൾക്കറിയാം
എങ്കിലും
ചിലർക്ക് ജീവിതവും
കൗതുകകാഴ്ചയും പ്രദർശനവുമാണെന്ന്
ആരും പറയാതെ
ഇന്ന്, അവർക്കറിയാം

ഏതു നേരത്തും ഇട്ടെറിഞ്ഞ്
നിരാലംബയാവേണ്ടതാണ്
ഇതാ, ഈ ജീവിതമെന്ന്
ആരോ അവളെ
ഓർമ്മിപ്പിച്ചുകൊണ്ടിരുന്നു.

ഇതെന്റെ ഇതെന്റെ
സോദരനോതുമ്പോൾ
അവൾ നിശബ്ദയാവും
നേര്,
എന്റേത് എന്നു പറയാൻ മാത്രമായ്
എനിക്കെന്തുണ്ടെന്ന്
നിസ്സംഗതയോടെ അവളോർക്കും

ഇതാ,
ഈ ജീവിതം പോലും
ആരുടെയോ ആണ് അവൾക്ക്
ചിലപ്പോൾ,
നാളെ ആരുടെയോ ഒരു കൗതുകം
ആരുടെയോ ഒരു സൂക്ഷിപ്പ്
ചിലനേരം
ആരുടെയോ കൗതുക തിരസ്കാരം!

ശത്രു സംഹാരം

കഥ
വിസ്തരിച്ച തന്നെയാവാം
ഉപകഥയുമാവാം
ആതിഥേയന്റെ
ഇംഗിതമറിയണം
അനുയായികൾക്ക്
ആവേശമാവണം
കാത്തു നിന്നവർ
മുഷിയണം
വല്ലാതെ, മുഷിഞ്ഞിരിക്കുമ്പോൾ
തിരക്കിൽ കയറിച്ചെല്ലണം!

ചിരിക്കരുത്,
കൈ വീശുമ്പോഴും
മുഖം കൊടുക്കരുത്
ആളും നേരവും നോക്കി
ഓടിയും നടന്നും കയറണം
മനസ്സു നിറയെ പക നിറയണം!

ഇനിയാണ്,
പുറത്ത് തട്ടി
പരിചയം ഭാവിച്ച്
ലോഹ്യം പറയേണ്ടത്!

അന്ധാളിച്ച് നില്ക്കുമ്പോൾ
ഷർട്ടിലെ
ഇല്ലാത്ത പൊടി തട്ടി
സുഖാന്വേഷണമാവാം
ശത്രു മിത്രങ്ങളെക്കുറിച്ച്

താല്പര്യം കാട്ടാതെയിത്തിരി
സംശയ വിതരണമാവാം

ഇനി,
വിനീതനാവണം
കസേര വലിച്ചിട്ടുത്തിരുത്തണം
നിറഞ്ഞു ചിരിക്കണം
പഴയ ഓർമ്മകൾ പങ്കിടണം

നേര്,
ഇരയിപ്പോൾ
മെരുങ്ങിയിരിക്കും
ഇനി, നേരമായി
അഴിയാത്ത കെട്ടഴിക്കാൻ
പൊങ്ങാത്ത ഭാരം പൊക്കാൻ
അരുതാത്ത കാര്യം ചെയ്യാൻ
പുറം തട്ടി ചിരിച്ചേൽപ്പിക്കുക.!

പാവം
തുലഞ്ഞു നശിക്കട്ടെ!

കുളിമുറിയിലെ കണ്ണാടി

കുളിമുറിയോളം
സ്വതന്ത്രമാവുന്ന മറ്റൊരിടവുമില്ല
ആകെ അയഞ്ഞ്
പച്ച മനുഷ്യനായി നനഞ്ഞ്
മണക്കും സോപ്പിൽ നിറഞ്ഞ് പതഞ്ഞ്
അഴുക്കെല്ലാം ഉവർത്തി കുടഞ്ഞ് ...

എന്നിട്ട്,
തന്നെ തന്നെ അറിയാൻ
ചുവരിലെ കണ്ണാടിയിലേക്കൊരു
സൂക്ഷിച്ച നോട്ടമുണ്ട്.

അതിപ്പോഴും
കാണുംപടി മാത്രം കാണുന്നു.
ചിരിക്കുമ്പോൾ ചിരിക്കുന്നു.
കരയുമ്പോൾ കരയുന്നു.
പാവം
ഉള്ളറിയാൻ-
അതിപ്പോഴും പഠിച്ചിട്ടില്ല!

ഫോട്ടോവിന് പോസ് ചെയ്യുമ്പോൾ

ഫോട്ടോവിന് പോസ് ചെയ്യുമ്പോൾ
പ്രത്യേകം ശ്രദ്ധിക്കുക
ഫോട്ടോഗ്രാഫർ
പറയുന്ന ആംഗിളിൽ തന്നെ ചേർന്ന് നിൽക്കുക
ഷർട്ടിന്റെ ബട്ടണുകൾ പൂർണ്ണമായും ഇടുക
ക്യാമറയിൽ തന്നെ നോക്കുക.
ചിരിക്കാൻ പറയും അനുസരിക്കുക

ഫോട്ടോവിന്
പോസ് ചെയ്യുമ്പോൾ പ്രത്യേകം ശ്രദ്ധിക്കുക
വല്ലാതെ ബലം പിടിക്കരുത്
അലസമായും പോസ് ചെയ്യരുത്
അലസം എന്ന് തോന്നാനേ പാടുള്ളൂ
മുഖ്യാതിഥിക്കൊപ്പം ചേർന്നു നില്ക്കുക
പരിചയമില്ലെങ്കിലും പരിചയം ഭാവിക്കുക
എങ്കിലുമെല്ലാം യാദൃശ്ചികം എന്നേ തോന്നാവൂ.

ഫോട്ടോവിന് പോസ് ചെയ്യുമ്പോൾ
കാലം മാറിയത് പ്രത്യേകം ഓർക്കുക
ഓരോ നിമിഷവും പകർത്തപ്പെട്ടും
നന്നായി പഠിച്ചു വരണം
ഒരു ചുവടും തെറ്റിച്ചേക്കരുത്
സ്റ്റേജിലും താഴെയും സമം
പങ്കാളിത്തം പോലും, ശ്രദ്ധേയം
നിറചലനത്തിന്റെയും സൂക്ഷ്മതയുടെയും നിമിഷങ്ങൾ
ഓരോരുത്തരും മത്സരാർത്ഥികൾ
ആരാണ് ചടങ്ങിൽ ഷൈൻ ചെയ്യുക?
എവിടെയാണ് ക്യാമറ ഫോക്കസ് ചെയ്യുന്നത്?
ഓരോ ചുവടിലും നിറഞ്ഞ കരുതൽ

ഫോട്ടോവിന്
പോസ് ചെയ്യുമ്പോൾ പ്രത്യേകം ശ്രദ്ധിക്കുക
ചടങ്ങിൽ നിറഞ്ഞു നിൽക്കണം
കളിക്കളത്തിൽ നിറയെ കരുക്കളാണ്
ആരേയും ക്ലുസരുത്, ചവിട്ടി കയറുക
ചിരിക്കാൻ മറക്കരുത്,
ചലനങ്ങൾ മറക്കരുത്
സംഭാഷണങ്ങൾ മറക്കരുത്
നിറഞ്ഞു നിൽക്കുക, നിറഞ്ഞു നില്ക്കുക
ഫോട്ടോവിന്,
പോസ് ചെയ്യുമ്പോൾ പ്രത്യേകം ശ്രദ്ധിക്കുക.

സൂചിയും നൂലും

സൂചിയും നൂലും എന്നത്
പഴയൊരു ഉപമയാണ്
എന്തു ചെയ്യാം
ഇപ്പോഴും അതുപയോഗിക്കേണ്ടി വരുന്നുണ്ട്

പല വർണ്ണങ്ങളെ കോർത്ത്
വസ്ത്രങ്ങളിൽ മഴവില്ല് തുന്നിയവർ
പ്രണയ സ്വപ്നങ്ങളെ
താലോലിച്ചുണർത്തിയവർ

കണ്ടുകണ്ടിരിക്കെ, നമുക്കറിയാം,
സൂചിയും നൂലും തമ്മിലെ,
ഞാൻ, നീ എന്ന വലിയ പിണക്കം
മട്ടുത്തു മട്ടുത്തു എന്ന വർത്തമാനം

കണ്ടോ എന്ന് നൂല്
കണ്ടോ എന്ന് സൂചി
സ്റ്റിച്ച് തെറ്റിച്ച്, നൂല് പൊട്ടിച്ച്
നടുവെ, സ്വയം മുറിഞ്ഞ്
ആത്മഹത്യ ചെയ്യുന്ന സൂചികൾ

മിണ്ടാട്ടം നിലച്ച്, അനാഥയായി
ശോകമൂകം, വർണ്ണ നൂലുകൾ...

എന്നിട്ടും,
'സൂചിയും നൂലും പോലെ'
നാം വീണ്ടും പറയുന്നു
ഇഴയടുപ്പത്തെ വാഴ്ത്തി പാടുന്നു.!

ചെറിയ മനുഷ്യർ

ചെറിയ മനുഷ്യരുടെ
വേർപാടും വേർപാടാണ്
ചെറിയ ലോകത്ത് ജീവിച്ചവർ
ചെറിയ ആഗ്രഹങ്ങൾ മാത്രമുള്ളവർ
വല്ലപ്പോഴും ക്ഷോഭിച്ചാലും,
സ്നേഹത്തോടെ, വിനയത്തോടെ സംസാരിക്കുന്നവർ
അവരുടെ വേർപാടും വേർപാടാണ്

*

വയലിൽ ജീവിതം സമർപ്പിച്ചവർ
തെരുവിൽ ചെരുപ്പ് തുന്നുന്നവർ
വെള്ളം കോരുകയും, അടുപ്പിൽ തീയൂതുകയും
നിലം തുടക്കുകയും ചെയ്യുന്നവർ
കടകളിൽ എപ്പോഴും 'യെസ്,സർ'
പറഞ്ഞ് ചിരിച്ച് സ്വീകരിക്കുന്നവർ
വെയിലിൽ കുളിച്ചു നിവരുന്നവർ
മഴയിൽ വിയർത്തു തുവർത്തുന്നവർ
ചെറിയ മനുഷ്യർ...
അവരുടെ വേർപാടും വേർപാടാണ്

*

അവർക്കാർക്കും അനുശോചനമില്ല
പേര് ചേർത്ത് പുഷ്പ ചക്രങ്ങളുമില്ല
എങ്കിലും, ഏവർക്കും ഒരു ജീവിതമുണ്ട്
അവർ നടന്നെത്തിയ നോവും വഴികളുമുണ്ട്
അവർക്ക് മാത്രം സ്വന്തമായി
ഒരു ലോകവും ലോകഭാഷയുമുണ്ട്

വലിയവന്റെ സ്വപനങ്ങളല്ല, അവന്റെ   സ്വപ്നം
വലിയവന്റെ ആകാശമല്ല, അവന്റെ ആകാശവും
ചവിട്ടി നിൽക്കുമ്പോഴും , അവന്റെ ഭൂമി

മറ്റൊരിടമാണ്, മറ്റാരുടെയോ ആണ്.
ചെറിയ മനുഷ്യർ
അവരുടെ വേർപാടും വേർപാടാണ്

*

തെരുവിൽ അലയുന്നവർ
ഒറ്റ മുറി വീട്ടിൽ അന്തിയുറങ്ങുന്നവർ
പഴയൊരു കുഞ്ഞു കുപ്പായം കിട്ടുമ്പോൾ
തുള്ളിച്ചാടുന്നവർ
ഇത്തിരി മധുരം നുണയുമ്പോൾ
വല്ലാതെ ആഹ്ലാദിക്കുന്നവർ
അച്ഛനും അമ്മയും മക്കളും, സുഹൃത്തുക്കളുമുള്ളവർ
വലിയവന്റെ രുചിയല്ല, അവന്റെ രുചി
വലിയവന്റെ കേൾവിയല്ല, അവന്റെ കേൾവി
കാഴ്ചകൾപോലും, വഴികൾ പോലും ഭിന്നം
ദരിദ്രരായി പിറന്നവർ,
അങ്ങിനെ ജീവിക്കുവോർ
അങ്ങിനെ തന്നെ മരിക്കുവോർ
ചെറിയ മനുഷ്യർ..
അവരുടെ വേർപാടും വേർപാടാണ്!

ബോധ്യം

കണ്ണാടി
നോക്കി നിന്നപ്പോൾ
അയാൾക്ക് വല്ലാതെ ദേഷ്യം കയറി

തെമ്മാടി
വഴിപിഴച്ചവൻ
കുലദ്രോഹി
വായയിൽ വന്നതെല്ലാം
ഭംഗിയായി വിളിച്ചു പറഞ്ഞു

ജ്വലിക്കുന്ന കോപവും
നിറ പരിഹാസവുമായി
വിരൽ ചൂണ്ടിയപ്പോഴാണ്
ഉള്ള് പൊള്ളി
തലയിൽ ബോധം വീണത്

പിന്നെ,
തലയുയർത്തിയില്ല
ആകെ തളർന്ന്,
കണ്ണുകൾ ഇറുക്കിയടച്ച്
ഭീതിയോടെ, തിരിഞ്ഞു നിന്നു!

നമ്മളെത്തേടി വരുന്ന കവിതകൾക്കൊരു ആമുഖം

വൈശാഖ് വി.

അതിസാഹസത്തിന്റെ വെടിമരുന്ന് ശാലയിലിരുന്ന് ഒരു വികൃതിപ്പയ്യൻ മരുന്ന് നിറയ്ക്കുന്നു എന്ന് കരുതുക. അവന്റെ വേണ്ടാതീനങ്ങൾ ഒരു സ്ഫോടനമായി മാറിയെന്ന് കരുതുക. അപ്പോൾ അവന്റെയുള്ളിലെ നെഞ്ചിടിപ്പിനെ ഏത് അളവു കോലുകൊണ്ടാണ് നാം അളന്നെടുക്കുക. ഏകദേശം അതേ മാനസികാവസ്ഥയിലാണ് ഇപ്പോൾ ഞാനും. അല്പ മാത്രം കവിതകൾ വായിക്കാറുണ്ടെന്ന ശീലം ഒന്നുകൊണ്ടു മാത്രം ഈ പുസ്തകത്തിന്റെ ആദ്യ വായനക്കാരനാവാൻ കഴിഞ്ഞതിന്റെ സന്തോഷവും സംഭ്രമവും (ഒരു ഇരുപതാണ്ടുകാരന്റെ) ഈ കുറിപ്പിലെ ഓരോ വരിയിലും വായിച്ചെടുക്കാം.

കവിതയും ജീവിതവും തമ്മിൽ അത്രയൊന്നും അകലമില്ലെന്ന് ഓരോ വാക്കിലും വിളിച്ച് പറയുകയാണ് ശങ്കരേട്ടന്റെ എഴുത്തുകൾ. എഴുത്ത് എന്ന അത്രമേൽ സ്വകാര്യമായ ഒരു അനുഭവത്തെ ശസ്ത്രക്രിയ ചെയ്യുമ്പോൾ ഡോക്ടർ വ്യാജനല്ലെന്ന് സ്വയം പരിശോധിക്കേണ്ടി വരും. എന്നാൽ ഒരു വായനക്കാരന്റെ കൗതുകത്തോടെ ശങ്കരേട്ടന്റെ കവിതകളെ തൊട്ടുനോക്കുമ്പോൾ ഹൃദയമിടിപ്പിനോളം പോന്ന ഒരു ജൈവികത അതിൽ അനുഭവപ്പെടുന്നു. ചെറുതും വലുതുമായ കവിതകളുടെ / കണ്ടെത്തലുകളുടെ വെളിപ്പെടുത്തലാണ് ഈ പുസ്തകം. എഴുത്തിന്റേതായ ജാഡകൾ, അക്ഷരങ്ങളുടെ ട്രപ്പീസ് കളി, വാക്കുകൾ

കൊണ്ടുള്ള ഒളിച്ചുകളി ഇത്തരം ന്യൂ ജനറേഷൻ ഡ്രാമകളൊന്നും കവിയെ അലട്ടിയതായി തോന്നുന്നില്ല.ഗ്രാമത്തിന്റേതായ അച്ചടക്കം എഴുത്തിൽ ഇടതടവില്ലാതെ വെളിപ്പെടുന്നു.

ഓർമ്മയിൽ നനഞ്ഞു പതഞ്ഞ് എന്ന ഒരു പേര് തന്നെ ഈ പുസ്തകത്തിന് പുതിയകാലത്ത് എന്തിനാവാം കവി തെരഞ്ഞെടുത്തത്. ഓർമ്മ അത്ര വലിയ ഒരു അനുഭവമാണോ ? മറക്കുകയല്ലേ എളുപ്പം? ആവലാതികൾ പലതാണ് എന്നാൽ എല്ലാം ഫ്രീസറിൽ സൂക്ഷിക്കുന്ന (ശവം മുതൽ മാംഗോ ഫ്രൂട്ടി വരെ) ഈ കാലത്ത് ഓർമ്മകൾ മുഴുവനായും മരവിച്ചിട്ടുണ്ടാവണം. പക്ഷെ അങ്ങനെ തോറ്റ് കൊടുക്കാൻ തയ്യാറല്ലെന്ന് ഒരു കവിത കൊണ്ട് കൂടി ഓർമ്മിപ്പിക്കുന്നു ശങ്കരേട്ടൻ. ഓർമ്മയിൽ നനഞ്ഞു പതഞ്ഞ് ഓർമ്മയെ ഉത്സവമാക്കുന്നു. ഓർമ്മകളും ഇന്നലെകളും ഇല്ലാതാവുമ്പോൾ ഒരു ലൈക്കിന്റെയും ഷെയറിന്റെയും ചതുരത്തിലേക്ക് നമ്മൾ ഒതുങ്ങുമ്പോൾ പുതിയ ഫോട്ടോയെ എഡിറ്റ് ചെയ്താലൊന്നും അത് പഴയതാവില്ല എന്ന് കവി പറയാതെ പറയുന്നു.

ഒറ്റ തോർത്ത് ചുറ്റി
വെള്ളം ചറപറ
തലയിൽ കോരിയൊഴിച്ച്
പാതി തോർത്തിയോടിയത്
അമ്പിളി മാമനെ
കിണറ്റിൽ നോക്കി നിന്നതിന്
അച്ഛൻ ശകാരിച്ചത്
കിണറ്റുകരയിൽ
ചെളിയെടുപ്പ് ആഘോഷിച്ചത്
തേങ്ങയും പന്തുമെടുക്കാൻ
കിണറ്റിലിറങ്ങിയത്

എന്നീ നല്ല ചിത്രങ്ങൾക്ക് പകർപ്പവകാശങ്ങളില്ല. എന്റെ ഓർമ്മയെ/അനുഭവത്തെ നിനക്കെങ്ങനെ ഷെയർ ചെയ്യാനാവും അത് എന്റേതു മാത്രമാണ്. ഓർമ്മ വലിയ കൂടാണ്. ഒടുവിൽ ബാല്യവും ഓർമ്മയും പച്ച ജീവിതവും ഇത്തിരി നേരത്തേക്ക് തിരിച്ച് തന്നതിന്

ഇലക്ട്രിക് ലൈനിലേക്ക് ചാഞ്ഞു വീണപാഴ്മരത്തിന് നന്ദി പറയുന്ന കവി. ഒരു ഷോക്ക് അത്യാവശ്യമാണ് മറവിക്കെതിരെ ഓർമ്മയുടെ ഒരു പ്രതിരോധമായെങ്കിലും എന്ന ഉത്തമബോധ്യം കവിത തരുന്നു.

സമാഹാരത്തിലെ ആദ്യകവിത തന്നെ കവിത എന്ന പേരിൽ രൂപപ്പെട്ടത് അവിചാരിതമായാവണം. കവിത തനിക്കെന്താണെന്ന് ഒരു കൂട്ടുകാരനെപ്പോലെ പറഞ്ഞുവയ്ക്കുന്നു കവി.

വല്ലാത്തൊരു
കാലത്താണ്
കവിതകളെല്ലാം മുളച്ചത്

വല്ലാത്ത കാലത്ത് ജനിക്കുകയും കാലങ്ങളെ അതിജീവിക്കുകയും ചെയ്യുമ്പോൾ കവിത നാട്ടരങ്ങിലെ വെളിച്ചമാവുന്നു മഴ വരുമ്പോൾ മാത്രം മതി കുട എന്ന സാമാന്യ യുക്തി കവിക്കുണ്ട്. മനസ്സ് അത്രമേൽ അസ്വസ്ഥമാവുമ്പോളാവണം രചന. ഓണവും, പുതുവർഷവുമല്ല കവിതയുടെ വിളവെടുപ്പ് മാസങ്ങൾ എന്ന് ഒളിപ്പിച്ച് വച്ച കുസൃതിയും വായിച്ചെടുക്കാം.

എങ്കിലും
ചിലനേരം
കവിത മറക്കാതെ അടുത്തിരുന്നു
ദുരിതം തുടരുകതന്നെയാണ്

കൂട്ടുവന്ന കവിതയോടൊപ്പം കവി സഞ്ചരിക്കുന്നു. ദുരിത കാലത്ത് കൂട്ടിരിക്കുന്ന കാക്കത്തണല് പോലും അഭയസ്ഥാനമാണ്. കവിത കൂട്ടിനുണ്ട്. തുടർന്ന് വരുന്ന യാത്രയിലെല്ലാം.

വീട്ടിൽ നിന്നിറങ്ങി ചുറ്റ്പാടും കണ്ട് നഗരത്തിന്റെ തിരക്കിലെത്തി ബഹളങ്ങളിൽ തെല്ലസ്വസ്ഥനായി തന്റെ പ്രവർത്തികളൊക്കെ ചെയ്ത് വീണ്ടും വീട്ടിൽ തിരിച്ചെത്തുന്ന ഒരു ഗ്രാമീണന്റെ കാഴ്ചകളെന്തെല്ലാമാവും അതിലൂടെയൊക്കെ നമുക്കീ സമാഹാരം യാത്രാ പാസ് അനുവദിച്ചിരിക്കുന്നു. ചിലപ്പോഴൊക്കെ ചില വഴിതെറ്റി നടത്തങ്ങൾക്കും.

ചുറ്റുപാടിനെ വളരെ സൂക്ഷ്മമായി ഒപ്പിയെടുക്കാൻ ക്ഷമയും താല്പ ര്യവുമുള്ള ഒരു കണ്ണ് ശങ്കരേട്ടനിൽ നിരന്തരം പ്രവർത്തിക്കുന്നുണ്ട്. അതിന് തെളിവാണ് കഥ പറഞ്ഞിരിക്കുക നല്ല സുഖമാണ് എന്ന കവിത- കുശലമന്വേഷിച്ച്, ചിരിച്ച് വർത്തമാനങ്ങളിൽ മുഴുകുമ്പോഴും തങ്ങളെകുറിച്ചല്ല മൂന്നാമനെക്കുറിച്ചേ നമ്മൾ സംസാരിക്കൂ.അയാളുടെ കുറ്റങ്ങളുടെ കണക്കേ അവിടെ നിരത്തൂ.അപ്പോൾ ലോകത്തിലെ ഏറ്റവും മാന്യന്മാർ സംസാരിക്കുന്ന ആ രണ്ടുപേരാവുന്നു.

കഥയിലെ ചുവന്ന താടികൾ
ഇരുവരിലാരാനുമെങ്കിൽ
അക്കഥമാത്രം പറയരുത്
രസച്ചരട് പൊട്ടിക്കരുത്

ഉള്ളിലെ അഴുക്കു ചാൽ സെന്റുപൂശി സുഗന്ധമാക്കുമ്പോഴും മറ്റുള്ള വനിലേക്ക് വിരൽ ചൂണ്ടാനാണ് നമുക്കിഷ്ടം.

സ്വപ്നങ്ങൾ എന്ന കവിത അല്പം ഭാവനയുടെ റെയില് വണ്ടിയിൽ സഞ്ചരിക്കുന്നുവെങ്കിലും വണ്ടിയുടെ ഇന്ധനം പച്ചമണ്ണിലെ വിയർപ്പു തുള്ളികളാണെന്ന് കാണാം. സ്വപ്നത്തിൽ പോലും തന്നെക്കുറിച്ചല്ല, ആഡംബരക്കാഴ്ചകളല്ല കാണുന്നത് എന്ന വാസ്തവം നമുക്ക് ചിലപ്പോൾ അതിശയോക്തിയാവും എന്നാൽ

കുഴിയും ചെളിയും നിറഞ്ഞ
തൊഴുത്തായിരുന്നു
സ്വപ്നം കണ്ടത്
....
സ്വപ്നത്തിലേക്ക്
പിന്നെ നിറഞ്ഞു വന്നത്
ആശുപത്രി കിടക്കകളാണ്

അവനവനെക്കുറിച്ചുമാത്രം ചിന്തിക്കുന്ന ലോകക്രമത്തിൽ ഇത്തരക്കാർ ഒറ്റപ്പെട്ടുപോകുമോ എന്നുപോലും സംശയിക്കേണ്ടിയിരിക്കുന്നു. കണക്കും ചിട്ടയും എന്ന കവിതയും പങ്കുവയ്ക്കുന്നത് ജീവിതം

ചതുരവടിവിനകത്തെ കാറോട്ടമല്ലെന്നത് തന്നെയാണ്.

കണക്കെഴുത്തും
കണക്കുപറച്ചിലും
അയാൾക്കു ശീലം
ശീലമെല്ലാം നന്ന്
എന്ത് ബാക്കിയെന്ന് അവൾ
നഷ്ട വിചാരം
ബന്ധു വിരോധം
തീരാത്ത ഉത്കണ്ഠ
ശീലിച്ചുപോയല്ലോ അയാൾ

കണക്കിനും എഴുത്തിനുമപ്പുറം സ്നേഹത്തിന് വിലകിട്ടുന്ന ഒരു ലോകമുണ്ടെന്ന വിശ്വാസമാവാം അയാളെ പിന്നീട് കണക്കില്ലാത്ത ആളാക്കുന്നത്. അപ്പോഴും ലോകം പറയും ഇങ്ങനെ കണക്കും ചിട്ടയുമില്ലാതായാൽ എന്താവും ഗതിയെന്ന്. ഈയൊരു വൈരുദ്ധ്യം ശങ്കരേട്ടന്റെ തുടർന്നുള്ള കവിതയിലും കാണാം. രണ്ടഭിപ്രായങ്ങളുടെ ഇടയിൽ നിന്ന് ഒരഭിപ്രായം ഇല്ലാത്ത ജനങ്ങളുടെ സങ്കടം ഇത് മധ്യവർഗത്തിനും താഴെയുള്ള ഒരു വലിയ ജനതയുടെ സ്വത്വ പ്രശ്നം കൂടിയാണ്.

മഴയും ഋതുമാറ്റങ്ങളും കവികൾ തൊടാതെപോകാറില്ല എന്നാൽ പറഞ്ഞ് പറഞ്ഞ് മടുപ്പിച്ച് കളയും ചിലപ്പോഴൊക്കെ പ്രകൃതിയെ. എന്നാൽ അതിനൊരപവാദമാവുന്നു ശങ്കരേട്ടൻ കണ്ട മഴയും വെയിലുമെല്ലാം. മഴയെഴുത്തിന്റെ ലഹരിയല്ല ഇവിടെ കാണുന്നത്. കണ്ണീരിനൊപ്പം മഴ പെയ്തിറങ്ങിയപ്പോൾ കേൾക്കാതെപോയ നിലവിളികളാണ്. മഴ ജീവിതം നിഷേധിച്ച ജനങ്ങളുടെ നാവ് ഈ കവിതയിലുണ്ട്. മഴക്കാല നേരത്താണ് വീട് കുത്തിയൊലിച്ച് പോയത്. മഴക്കാലകടലിലാണ് തോണിയും തോണിക്കാരും മാഞ്ഞ് പോയത് കൃഷി വീണൊടുങ്ങിയത് കലക്കുവെള്ളം കയറി ചുവരിടിഞ്ഞ് കുഞ്ഞുങ്ങൾ മരിച്ചത് ഇലക്ട്രിക് കമ്പി തട്ടി മുത്തശ്ശി മരിച്ചത്, ആട്ടും ആനയും ഒലിച്ച് പോയത്, ഒടുവിൽ കവി ഇങ്ങനെ കൂടി പറഞ്ഞു വയ്ക്കുന്നു.

ഓരോ മഴയും അപഹരിക്കുന്നത്
ഒരുപാട് സ്വപ്നങ്ങളും നിറങ്ങളുമാണ്
ഓരോ മഴയും അപഹരിക്കുന്നത്
പൂക്കളും പ്രണയവും ജീവിതവുമാണ്
ഓരോ മഴയും അപഹരിക്കുന്നത്
തണലും കുടിയും സമ്പാദ്യവും മാത്രമല്ല
എണ്ണിത്തീരാത്ത ജീവനും ജീവിതവുമാണ്

മഴ എന്ന മറ്റൊരു കവിതയിൽ മഴയെ കവി അല്പം കൂടി ഇഷ്ടപ്പെടാൻ ശ്രമിക്കുന്നുമുണ്ട്.

ഒരുപാട്
ഒരുപാട്
മഴ നനഞ്ഞിട്ടുണ്ട്
എന്നിട്ടും
നനയാനായി
ഒരു മഴയും നനഞ്ഞിട്ടില്ല

പക്ഷെ അവസാനത്തിലേക്കെത്തുമ്പോൾ കവി മഴച്ചതി ഓർത്തെടുക്കുന്നു.

ഓരോ മഴയിലും
നിറഞ്ഞു പെയ്യുന്നത്
കുത്തിയൊഴുകി വന്നത്
പകുത്താൽ തീരാത്ത നോവായിരുന്നു.

പുതിയ കാലം മാറ്റങ്ങൾക്ക് വേഗത്തിൽ കൊടി വീശുന്നു. പുതിയ നിയമാവലിയും ഭരണഘടനയും മാറി വരുന്നു. ഗെയ്റ്റുകൾ അടഞ്ഞു മാത്രം കാണുന്ന കേരളീയ ഭവനങ്ങളെയും അതിനകത്തെ അടഞ്ഞ ജീവിതങ്ങളെയും കുറിച്ച് ഗെയ്റ്റ് എന്ന കവിത പറയുന്നു.

ഗെയ്റ്റ് അടഞ്ഞു കിടക്കുന്നു.
അകത്ത്

ആളനക്കമുണ്ട്
നേർത്ത ഗാനം പരക്കുന്നുമുണ്ട്
കണ്ണ് പതിയുന്നേടത്ത് തന്നെ
കാളിംഗ് ബെല്ലുമുണ്ട്
എങ്കിലും
ഗെയ്റ്റ് അടഞ്ഞുകിടക്കുകയാണല്ലോ

അകത്ത് ആളനക്കമുണ്ടെങ്കിലും അടഞ്ഞ് കിടക്കുന്ന ഗെയ്റ്റ് അവനവനെത്തന്നെ വിശ്വാസമില്ലാത്ത അടഞ്ഞ മനസ്സിന്റെ ചിത്രമാണ്.

കുഞ്ഞുങ്ങൾക്കൊപ്പം തീരെ ചെറുതാവുന്ന ചില കവിതകളുമുണ്ട് ഈ പുസ്തകത്തിൽ വലിയവരുടെ മാത്രമല്ല ചെറിയവരുടേത് കൂടിയാണ് ഈ ലോകമെന്ന് നമുക്ക് കാണിച്ച് തരുന്നുണ്ട് ഈ കവിത.

കുഞ്ഞുങ്ങൾക്കൊപ്പം
യാത്ര ചെയ്യുക
പരിചിത വഴിയിലും
നാം അപരിചിതരാവും
നിറയെ കാണുമ്പോഴും
നാം കാണാത്തവ
അതിലേറെയാവും

വീട്ടിൽ നിന്നിറങ്ങിയ കവിക്ക് മുന്നിൽ വന്ന് നിറയുന്ന പ്രശ്നങ്ങളോട് മിണ്ടാതിരിക്കാൻ കഴിയുന്നില്ല. അവസാന വാക്ക്, അദ്ദേഹം, ഫോട്ടോവിന് പോസ് ചെയ്യുമ്പോൾ, തിരിച്ചറിയാ ജീവിതം, ചില ചെറിയ കാര്യങ്ങൾ എന്നീ കവിതകൾ അത്തരം കാഴ്ചകളാണ് പറയുന്നത്.

നുണ എന്ന കവിതയെ ഈ പുസ്തകത്തിലെ ഏറ്റവും ശക്തമായ രചനയായി വിശേഷിപ്പിക്കാം. ഗോസിപ്പുകൾ എന്ന നിലയിൽ ചാനലുകൾ ആഘോഷിക്കുന്ന നുണ പ്രചാരങ്ങളെ വളരെ വൃത്തിയുള്ള കുപ്പിയിലാക്കി വച്ചിരിക്കുന്നു.

കട്ടത്ത
കുരുമ്പിൽ
വഴിയിലാരോ
ചവച്ചുതുപ്പിയത്
കത്തും
വെയിലിലും
കുത്തിയൊലിക്കും
മഴയിലും
മുളച്ചു പടർന്ന്
നൂറുമേനി കായ്ച്ചത്

എന്നിങ്ങനെ നുണയുടെ വളർച്ചയും വികാസവും കവിതയിലൂടെ ഇതൾ വിരിയുന്നു.

ചൂരൽ മിഠായി, അരുത് ,കൗണ്ടർ, അടയാളം, തണുപ്പ്, കുളിമുറിയിലെ കണ്ണാടി തുടങ്ങിയ കവിതകൾ വായനയിൽ നമ്മൾ ഒരിക്കലും നഷ്ടപ്പെടുത്തിക്കൂടാ. യാത്ര അവസാനിക്കുന്നില്ല. പാഴായിപ്പോയെന്ന് പറയാവുന്ന ഉദ്യമങ്ങളൊന്നും കണ്ടെത്താനാവുന്നില്ല ഈ പുസ്തകത്തിൽ. കവിതയിൽ പറയുംപോലെ വല്ലാത്ത ഒരു കാലത്ത് ഉണ്ടായ കുറേ വേവലാതികൾ കവിതയാവുന്നു. പൊടിയും മാറാലയും പിടിക്കാതെ കാഴ്ചവട്ടങ്ങളെ സൂം ചെയ്യാനുള്ള കണ്ണട ശങ്കരേട്ടന്റെ കൈയിൽ സുഭദ്രം എന്നത് തന്നെയാണ് കവിതയെ സ്നേഹിക്കുന്ന വായനക്കാർക്ക് ലഭിക്കുന്ന വലിയ സന്തോഷം.